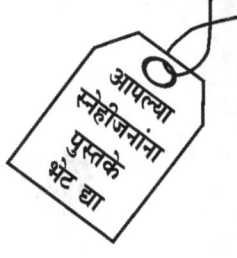

वपु काळे

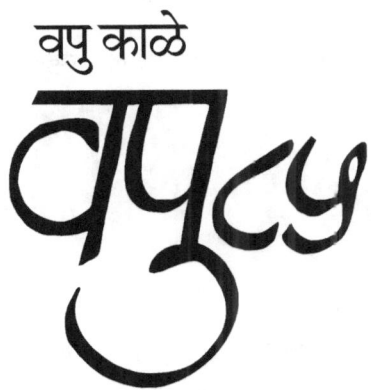

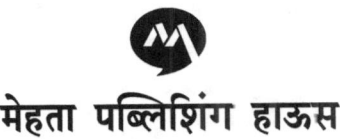

वपु ८५

मेहता पब्लिशिंग हाऊस

℗ +91 020-24476924 / 24460313

Email : production@mehtapublishinghouse.com

Website : www.mehtapublishinghouse.com

◆ या पुस्तकातील लेखकाची मते, घटना, वर्णने ही त्या लेखकाची असून त्याच्याशी प्रकाशक सहमत असतीलच असे नाही.

VAPU 85 by V. P. KALE

वपु ८५ : वपु काळे / कथासंग्रह

Email : author@mehtapublishinghouse.com

© स्वाती चांदोरकर व सुहास काळे

मराठी पुस्तक प्रकाशनाचे हक्क मेहता पब्लिशिंग हाऊस, पुणे – ३०.

प्रकाशक   : सुनील अनिल मेहता, मेहता पब्लिशिंग हाऊस,
              १९४१, सदाशिव पेठ, माडीवाले कॉलनी, पुणे – ४११०३०.

मुखपृष्ठ   : रविमुकुल

प्रकाशनकाल : एप्रिल, १९८९ / मार्च, १९९९ / सप्टेंबर, २००४ /
             ऑगस्ट, २००९ / ऑगस्ट, २०१० / मे, २०१२ /
             ऑगस्ट, २०१३ / जून, २०१६ / पुनर्मुद्रण : जून, २०१९

P Book ISBN 9788171618842

E Book ISBN 9789386454652

E Books available on : play.google.com/store/books
                       www.amazon.in/b?node=15513892031

खगोलशास्त्र, योगशास्त्र, अद्यावधी शास्त्रीय संशोधन,
वास्तुशास्त्र एवढ्या विषयांचा व्यासंग करणाऱ्या
नरेंद्र सहस्त्रबुद्धे
या अफलातून व्यक्तीस –

प्रस्तावना

प्रिय वपु,

तुमच्या कथेपेक्षा कथाकथन जवळचे वाटते. कथनात तुम्ही अधिक जवळ येता. या वेळी रसिकांशी तुमची वेव्ह-लेंग्थ अशी काही जमून जाते, की तिला इतरत्र तोड नाही. हा हृदयसंवाद मनोरंजनातून झालेला असेल, स्वान्त: सुखाय असेल; पण त्याने अर्जुनाचा मोह नाहीसा केला असेल, तर श्रीकृष्णाचे ऐक्य सांधले असेल. हा उत्कट अनुभव तुमचे समग्र कथाविश्व वाचतानाही येतो.

मराठी कथा-वाङ्मयाच्या प्रवासात कथेने जी वेगवेगळी वळणे घेतली आहेत, ती सर्व तुमच्या कथेतून दिसतात. मराठी कथेच्या प्रत्येक टप्प्यावर तुमची कथा थांबून, थोडे मागे पाहून, ती पुढे सरकली आहे. तरीसुद्धा ती प्रवासात आपले ओघवते कथन सोडतच नाही. 'करमणूक' कालखंडातील हरिभाऊंची स्फुट गोष्ट, 'मनोरंजन' कालखंडातील तिचा सोस, 'किर्लोस्कर' कालखंडातील तिचे व्यक्तिदर्शन आणि 'सत्यकथा' कालखंडातील मनोविश्लेषण – सारे तुमच्या कथेत नजरेत भरण्यासारखे आहे. पण या सर्वांतून सातत्याने स्रवत राहणारा कथनाचा प्रवाह मात्र दृष्ट लागण्यासारखा आहे.

तुमची एकूण कथा वाचताना असे वाटते, की वपु गोष्ट सांगत आहेत व आपण ती ऐकत आहोत. तुमची कथा वाचण्यासाठी नसतेच मुळी. तुमची भूमिका गोष्ट सांगणाऱ्याची व आमची ऐकणारांची– म्हणजे श्रोत्यांची असते. गोष्ट सांगणारा ऐकणाराशी जे एक घरगुती नाते ठेवू पाहत असतो, तशा प्रकारचे नाते तुम्ही आमच्याशी ठेवू पाहता. तुम्ही आपल्या श्रोत्यांचा संपूर्ण विश्वास संपादन केला आहे, असे गृहीत धरून चालता. हा एक जिवंत अनुभव असतो. तो अजर व अमर राहतो. या संदर्भात तुम्हाला श्री. बाबासाहेब पुरंदरे यांनी 'बादशहा' ही पदवी दिली, ती सार्थ वाटते.

कथन-कौशल्याचे असे सामर्थ्य ज्या हरिभाऊंच्या स्फुट गोष्टीत होते, ते पुढे राहिले नाही. तुम्ही इ.स. १९५५च्या सुमारास कथेच्या प्रकाशात आला. या वेळी मराठी कथेने चार-पाच वळणे ओलांडून स्वत:चे स्थान निश्चित केले

होते; परंतु तिच्यात कथनाचा हा ओघवता प्रवाह दिसत नाही. नेमका तो तुमच्या कथेत दिसतो.

आश्चर्य या गोष्टीचे की, वपु, तुमची कथा नव्यांत नवी व जुन्यांत जुनी आहे. तिने परंपरेला सोडले नाही, की नवतेला अव्हेरले नाही.

वस्तुत: ज्या काळात तुमच्या कथेने मूळ धरले, तो काळ 'सत्यकथे'ची भलावण करणारा; या मासिकाभोवतीच घुटमळणारा, पण नेमकी तुमची नजर 'किर्लोस्कर' कालखंडाकडे गेली. तुम्ही जे संस्कार पचविले, ते ज्या संस्कृतीशी एकरूप होते, तेच मुळी 'सत्यकथे'शी नाते जोडणारे नव्हते. म्हणून तुमची कथा धबधब्याप्रमाणे वाहत नाही, समुद्राप्रमाणे अथांग दिसत नाही, नदीप्रमाणे किनाऱ्यालगत सुपीकता देत नाही. ती झऱ्याप्रमाणे झुळझुळ वाहते, गुणगुणते. रसिकांवर मोहिनी घालते. मराठी कथेच्या प्रवासाची विविध वळणे तिच्यात दिसतात. शिवाय तिचे गुणगुणणे सतत ऐकू येते. मराठी कथेचा इतिहास लिहिताना समीक्षकांना तुमची आठवण राहिली नाही, हे जेवढे खरे, तेवढेच खोटे आहे. याचे कारण तुमची कथा रसिकांच्या अचूक चिमटीत पकडली जाते व समीक्षकांच्या अचूक चिमटीतून निसटली जाते. जी कथा रसिक डोक्यावर घेतो; तिला एक मस्ती असते आणि मस्ती ही उपेक्षा आणि अपेक्षा यांच्या पलीकडे जाणारी असते. समीक्षक जेव्हा अशा कथेचा नामोल्लेख करीत नाहीत, तेव्हा ती 'किस्मत हमारे साथ है' या धुंदीतून जाते. समीक्षक हे शेवटी साहित्य-क्षेत्रात वावरणारे वकीलच असतात. कोर्टात आपला युक्तिवाद पटविणे, खऱ्याचे खोटे करणे अथवा खोट्यालाच खरे म्हणणे, हा त्यांचा खेळ असतो. खरा न्याय जनताजनार्दन देते. मराठी कथेच्या वाटचालीत प्रत्येक वळणावर असे वकील असतात. तेच आपले वकीलपत्र घेऊन पुढे आले. मराठी कथेचा इतिहास अशा वकिलांनी लिहिला आहे. एरव्ही, ज्या काळात कै.वि.सी. गुर्जर यांनी कथा लिहिली, त्या काळात त्यांची उपेक्षा झाली असती का? गुर्जरांनी हजारांहून अधिक कथा लिहिल्या व त्यांच्या मृत्यूनंतर त्यांना ओळखले गेले, याचे कारण या लेखकाने कुठलेच वकीलपत्र आपल्या पदरी बांधले नव्हते. गुर्जरांना लोकप्रियता लोकांनी दिली; समीक्षकांनी नव्हे! भवभूतीसारखा देखील समानधर्म शोधतो. त्याची वाट पाहतो. आंधळा मिल्टन आपल्या काव्यात सांगून गेला : "They also serve, who only stand and wait." पण या सगळ्यावर ताण म्हणजे काळच या सर्वांचा सूड घेतो. ज्या कथेला– नव्हे, समग्र वाङ्मयाला रसिक मिळतो, तेच वाङ्मय सार्वत्रिक राहते. मराठी कथेच्या वाटचालीत हरिभाऊ, दिवाकर

कृष्ण, फडके, खांडेकर, य.गो. जोशी, गाडगीळ या नावांचा जयघोष झाला असला, तरी त्यांच्या अवतीभोवती कितीतरी नावे अशी आहेत, की जी रसिकतेवर तरंगत होती; आहेत. आजही त्यांच्या कथा रसपूर्ण अभ्यासातून आठवणीत राहतात. उद्या जर मराठी कथेचे युगप्रवर्तक कॅ. लिमयेऐवजी दुसरे कुणी ठरले, तर त्याचे आश्चर्य वाटू नये! तुमची कथा जेव्हा मंत्रमुग्ध होऊन श्रोते ऐकतात, तेव्हा ती रसिकतेच्या लाटेवर तरंगत असते. लाटेचे आयुष्य क्षणभंगुर असेल, पण ते विजेप्रमाणे देदीप्यमान असते. मुख्य म्हणजे, रसिकतेला जोपर्यंत अंत नाही, तोपर्यंत लाटेलाही अंत नाही.

वपु, ज्या 'सत्यकथे'ने व्यंकटेश माडगूळकर यांची कथा उचलून धरली, तोच कथाकार संमेलनाच्या अध्यक्षपदावरून सांगतो काय, तर ...

''अनुभवाशी प्रामाणिक राहा आणि स्वतःचीच अभिरुची साक्षी ठेवून लिहा. कुठलीही मळलेली वाट धरू नका. तुमची वाट तुमच्याच पायांना पाडू द्या. ही भूमी एवढी विशाल आहे, की नव्या वाटेसाठी तिच्यावर नित्य जागा असतेच. कोणासारखे होण्यासाठी खपू नका. स्वतःला ओळखण्यासाठीच खपा. अटीतटीच्या खटपटी करू नका. अनुकूल असा मोसम येताच वेलीला फळ धरते. मोसम प्रत्येकाच्या बाबतीत जवळचा किंवा दूरचा असू शकतो. खासगी वा सरकारी पारितोषिकांना फार महत्त्व देऊ नका. रसिकांनी दिलेली दाद हे फारच श्रेष्ठ पारितोषिक असते. समीक्षकांच्या मतामुळे खट्टू होऊ नका. ते त्याचे एकट्याचे मत असते आणि अखेर तोही एक वाचकच असतो.''

तुमच्या समग्र कथेतून, कथाकथनातून हेच प्रत्ययाला येते. या कथाकाराने तुमची कथा आठवून तर हे लिहिले नसेल ना?

वपु, तुमच्या या कथा मला 'संसार-कथा' वाटतात. तुम्ही एकेकाळी आकाशवाणीवर 'पुनःप्रपंच'साठी श्रुतिका लिहिल्या होत्या. कै. अत्रे यांनी या श्रुतिकांवर टीका केली होती. कै. अत्रे यांनी ज्या ज्या वाङ्मयावर टीका केली,

ते सारे पुढे लक्षणीय झाले आहे. या श्रुतिकेत तुम्ही टेकाडेभाऊजी रेखाटला, तो लक्षणीय आहे. कै. कोल्हटकरांचा सुदामा, कै. गडकरी यांचा तिंबूनाना, कै. जोशी यांचा चिमणराव, तसा हा तुमचा टेकाडेभाऊजी आहे. हा भाऊजी मीनाताईला 'मॅड' म्हणतो, संसारात जी माणसे अशी मॅड होतात, ती सुखी असतात. केशवसुतांची 'झपुर्झा' ही प्रसिद्ध कविता जी द्वंद्वातीत अवस्था वर्णन करते, तिचे स्वरूप 'व्यर्थी अधिकच अर्थ दिसे, ज्या म्हणते पिसे' असे आहे. याच वेडापायी तुम्ही 'झपुर्झा'मध्ये राहता. तुम्ही अपभ्रंशाने

स्वत:ला ‘वपुर्झा’ म्हटले; पण यामागे तुमचा हेतू कलापूर्णच होता. मी जेव्हा तुमची कथा ‘संसारकथा’ म्हणतो, तेव्हा मला त्यातील भावसमाधी अभिप्रेत आहे. तुमच्या कथेचा संसार मध्यमवर्गीय असेल, त्यातील माणसे पांढरपेशी, पुण्या-मुंबईकडील सुशिक्षित असतील; पण ती सर्व हाडामांसाची आहेत. ती उपरी वाटत नाहीत. ढोंगी वाटत नाहीत. तुमचा जे.के. मालवणकर किंवा बाप हा शहरात राहूनही शहराबाहेर आवडतो. ही माणसे दु:खी आहेत, सुखी आहेत. सुखदु:खमिश्रित आहेत; परंतु ती आपल्या संसाराशी ऐक्य सांधणारी आहेत. ती संसारात राहूनही स्वत:चे घर हरवून बसतात. गंमत ही, की ती रसिकांच्या मनांत घर करून बसतात.

कै.य.गो. जोशी यांनी अशाच संसारकथा लिहिल्या आणि कै.ना.सी. फडके यांनीही अशाच पांढरपेशा कथा लिहिल्या; परंतु या दोघांच्या कथेतील नेमके ‘टिकाऊ’ ते घेऊन तुमची ‘संसारकथा’ तयार झाली आहे.

आज मध्यमवर्गीय साहित्यावर वेळोवेळी टीका होते; परंतु जे नवे साहित्य पुढे येते, त्याचाही शेवटी एक ‘मध्यमवर्गच’ तयार होतो. या दृष्टीने तुमची कथा वाचन, श्रवण आणि मनन यांतून एक ‘झपुर्झा’ अवस्था आणून देते. याच संसारकथेला फँटसीची एक किनार आहे. तुमचा ‘भदे’ आज कमालीचा लोकप्रिय आहे. वस्तुत: वास्तवतेच्या आजच्या राज्यात फँटसीला थाराच नाही; परंतु साहित्यात वास्तवतेला कोणते स्थान आहे? कुठलाही ‘आभास’ ही वाङ्मयाची मूळ प्रेरणा आहे. रंगभूमीवर जे नाट्य घडते, ते जीवनाच्या आभासातून घडते. वास्तवता हे वाङ्मयाचे एक अंग आहे, ते एकमेव अंग नाही आणि वाङ्मयात ही वास्तवता मूल्य म्हणून कधीच वावरत नसते. वाटसरूंना झाडांची सावली जशी दिलासा देते, तशी तुमची फँटसी वाचकांना विरंगुळा देते. यामुळे संसार धीर देत-घेत पुढे जातो. अशा क्षणी तुमची ‘वहिदा’ विरंगुळ्याखालचा अंतर्मुखी पदर उलगडून देते. ‘हसरे दु:ख’ मानवाच्या काळजाचा कोपरा ओला करून जाते. ‘ठुमरी’सारखीच कथा श्लील-अश्लील यांच्या पलीकडे जाते. ‘झकासराव’ हसू आणि आसू एकाच डोळ्यातून टिपते. ‘सहज’ आणि ‘बदली’सारख्या कथा संसारातील वेगळीच चित्रे रेखाटतात. ‘कर्मचारी’ पुन्हा वाचून नव्हे, ऐकून मनाचा सोस जात नाही. या सर्व कथांची प्रकृती संसारकथांची आहे. हीच कथा ‘श्रवणीय’ झाली आहे. मराठी कथेत ‘श्रवणीय कथा’ म्हणून वेगळा प्रकार मानल्यास त्याचे जनकत्व तुमच्याकडे येईल. तुमच्या या संसारकथेत ‘मी, माझी सौ. आणि तिचा प्रियकर’ असतो. शहराबाहेर ही कथा अश्लील होते आणि शहरात तिच्यात ‘ठुमरी’तील आर्तता, आर्द्रता दिसते. ही कथा मध्यमवर्गीय

असूनही चटकदार, नाट्यपूर्ण आहे. तिचा आकर्षक आरंभ, परिणामकारक खटके, सुटसुटीत वाक्यरचना भुरळ घालणारी आहे. ऐकता-ऐकता श्रोता रंगला पाहिजे, ही तुमच्या संसारकथेची खूणगाठ आहे. मधूनमधून तो हसला पाहिजे, हे तिचे उद्दिष्ट आहे. अशी कथा तंत्राने फडकेप्रणीत वाटते व मंत्राने मात्र आधुनिक होते. तुम्ही या कथेत हरिभाऊंची निवेदन-शैली घेता; परंतु त्यांचा उपदेश, पाल्हाळ मात्र घेत नाही. तुमची कथा संसारातील मानवी मने उकलून दाखविते; परंतु ती मनोविश्लेषणातून बोजड होत नाही. कै.य.गो. जोशी यांच्या कौटुंबिक बाबींची तिला आवड आहे. पण ती सोवळी होत नाही. मुख्य म्हणजे, तिला नवी वाट पाडण्याचा ध्यास नसल्यामुळे ती जुन्यानव्याच्या संगमावर आहे.

वपु, जी कथा रसिकतेवर डोळा ठेवून असते, ती केवळ रसिकांचीच बांधीलकी स्वीकारते. आजच्या या बांधीलकीच्या जमान्यात ती मंद प्रकाशझोत देणारी आहे. सामाजिक बांधीलकी, कलेची बांधीलकी किंवा जीवनाची बांधीलकी ज्या लेखकांना हवी असते, ते आपल्याच मनोराज्यात रंजनप्रिय, बंदिस्त असतात. असे लेखक काचेच्या घरात राहून इतरांवर दगड फेकतात. अशा लेखकांना मूठभर वाचक मिळतो व तोही पुढे त्यांना विसरून जातो. जे लेखक रसिकांची बांधीलकी स्वीकारतात, ते तडजोडवादी असतात; परंतु ही तडजोड ढोंग म्हणून नसते. ती रोखठोक असते. ती जेव्हा रसिकांच्या बाजारात येते, तेव्हा तिला स्वतःचा लिलाव करायचा नसतो. जाहिरात करायची नसते. कुठल्याही बाजारात गिऱ्हाईक स्वतःच एखाद्या मालाकडे जेव्हा धाव घेते, तेव्हा तो माल बावनकशी असतो. जेव्हा गिऱ्हाईक शिफारस घेऊन येते, तेव्हा त्याला मालाविषयी शंका असते. साहित्य जेव्हा कुठल्यातरी बांधीलकीने झपाटलेले असते, तेव्हा त्याची जाहिरात करावी लागते. अशा जाहिरातीचाच मक्ता समीक्षक घेतात. यातून मग एक कंपूशाही येते, सवतेसुभे निर्माण होतात. अशा वेळी रसिकांची बांधीलकी स्वीकारतो, तो मात्र टिकून राहतो. कलेला तडजोड मान्य नाही. रसिकालाही तडजोड अमान्य आहे. परंतु कलेच्या संदर्भात शेवटी तडजोड म्हणजे तरी काय? संसारातून तुम्ही तडजोड काढून टाका; शेवटी तो संसार राहणारच नाही. वपु, तुमच्या 'संसारकथा' पुनःपुन्हा ऐकाव्या वाटतात. याचे कारण, त्या तडजोडवादी आहेत. असे असूनही त्या आपल्या वादाखाली चेंगरून जात नाहीत. कारण येथे वाद नसून संवाद असतो. रसिकांच्या बांधीलकीतून कथेशी आपुलकी निर्माण झालेली असते.

वपु, तुमच्या या कथा वाचताना, ऐकताना मी तुमच्याच सान्निध्यात वावरत

असतो. हे या कथांचे आस्वादन, की मूल्यमापन? मी कसे सांगू? कुठल्याही कलाकृतीचे प्रथम आस्वादन होते. नंतर मूल्यमापन होते. म्हणजे एकाच नाण्याच्या या दोन बाजू आहेत. कै. बोरकरांना आपल्या नादातून कविता सुचत असे; तसे तुम्हाला कथनाद्वारे कथा सुचत असावी. ज्ञानेश्वरीत श्रोतृवृंदांना केवढा अधिकार आहे! वक्ता हा श्रोत्याशिवाय अस्तित्वहीन आहे. तशी कथादेखील कथनाशिवाय असू शकत नाही; हे तुमच्या कथेने सिद्ध केले आहे. जी कथा अंतर्मुख करून सोडते, तिला जर वाङ्मय क्षेत्रात अभिजाततेचे वरदान लाभले असेल, तर त्यापेक्षा मला तुमची कथा अधिक जवळची वाटते. श्रीकृष्णास रणांगणावर गीता सुचली, तशी तुमची कथा श्रोतृवृंदात नवा आकार घेते. एकाच वेळी अनेकांना अंतर्मुख करणारी, बहिर्मुखतेतून अंतर्मुखता देणारी, लोकरंजनातून वैचारिकतेकडे झुकणारी अशी कथा लिहिणे म्हणजे डोंबाऱ्याचा खेळ नव्हे किंवा लुटुपुटीचा डाव मांडणे नव्हे. तिचा दुवा जन्म-मरणाशी जखडलेला आहे. रसिकांवर मदार ठेवून तिला आपले नवे नवे उन्मेष प्रज्ञेद्वारे प्रकट करायचे आहेत. साहित्य हे एका व्यक्तीतून कुटुंबाकडे धाव घेते; पुढे या कुटुंबाचा परीघ समाजाएवढा व्यापक होतो व मग हे वाङ्मय साऱ्या समाजाचे होते. या अर्थाने, वपु, मला तुमच्या 'संसारकथा' समाजाच्या वाटतात. त्यांनी, कथेला जसे मूल्य असते, तसे कथनालाही मूल्य असते, याची खात्री पटवून दिली आहे. आणि हे मूल्य मूठभर सर्वज्ञांचे, समीक्षकांचे नसून, भोळ्याभाबड्या रसिकतेने तुम्हाला आंदण दिले आहे. जी कथा पुस्तकात टिकून राहते, ती शेवटी वाळवी खात सांदीलाच पडते. जी कथा रसिकांचे अंतःकरण ओढून घेते, तीच कथा शाश्वत राहते. या अर्थाने, वपु, तुमची कथा रसिकांची मने जिंकणारी आहे. 'प्लेझर बॉक्स'मध्ये राहणारी आहे.

— मधु जामकर

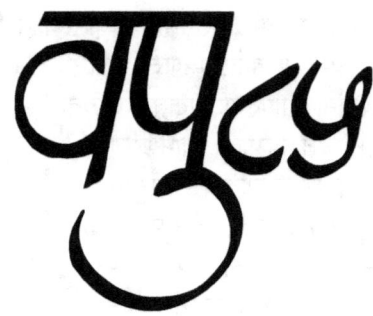

वपु८५

अनुक्रमणिका

भातुकली / १

कर्मयोगी / १८

अस्ताई / ३६

सबकॉन्शस लेव्हल / ४८

बॉन्साय / ६६

वपु८५

भातुकली

“राजा, तू आता पळ. माझा नवरा एवढ्यात येईल.”
“मला वाटलंच...”
“काय?”
“माझी आता हकालपट्टी होणार म्हणून!”
“मी मनापासून तुला जायला सांगतेय का?”
“मनापासून असो किंवा मनाविरुद्ध असो, मी जायचं हे नक्की, की नाही?”
या प्रश्नावर राणीजवळ उत्तर नव्हतं. घड्याळाचे काटे जसजसे पुढे सरकत होते, तसतसा तिच्या अंगावर काटा येत होता. शैलेश कोणत्याही क्षणी घरी परत येण्याची शक्यता होती. फ्लॅटला बाहेरून येण्याचा दरवाजाही एकच. तो फ्लॅटही तळमजल्यावर नाही. नाहीतर गॅलरीतून उडी मारून राजाला केव्हाही पसार होता आलं असतं. काहीही झालं, तरी राजा आणि शैलेश समोरासमोर येताच कामा नये. शैलेश आणि राजा या दोघांच्यात जास्त लाडकं कोण, याचा विचार करण्यातही अर्थ नव्हता. फ्लॅटच्या दरवाजावर शैलेशच्या नावाची पाटी आहे. म्हणजे हे घर शैलेशचं. बाकी सगळे परके, तिऱ्हाईत. दरवाजा उघडला, तरच आत येऊ शकणारे. दरवाजा वाजवून, उघडायला लावून आत येण्याचा अधिकार फक्त शैलेशला! दार वाजताक्षणी ते लगेच उघडलं गेलं पाहिजे. विलंब न खपण्याचा अधिकार फक्त नवऱ्याला! आता अगदी फोडणी देण्याचं कामच जर चाललं असेल, तर विलंब माफ! एरवी नो दया, नो माया! परवाच तडकला होता. पण काय करणार? राजाला गाढ झोप लागलेली. तो उठून, गॅलरीत लपेपर्यंत थोडा वेळ मोडणारच. ‘बाथरूममध्ये होते’ म्हटल्यावर

स्वारी जरा शांत झाली. एकूण मामला रिस्कीच!

''मग नक्की जाऊ?''

''राजा, आपल्या दोघांचा जगावेगळा खासगी संसार, तू किंवा मी मरेपर्यंत चालायला हवा असेल...''

''तू किंवा मी, याचा अर्थ?''

राणी ओशाळून म्हणाली,

''चुकले बाबा, आपण दोघं एकदम जाणार. आपली चिताही एकच असणार. तोपर्यंत संसार करायचा, की नाही?''

''करतोच आहोत.''

''मग नीघ आता. शैलेश उद्या साडेसात वाजता घर सोडणार आहे. सात पस्तीसला आलास तरी चालेल. सबंध दिवस मग आपलाच आहे.''

राणीनं राजाला मनाविरुद्ध घालवलं. आता शैलेशचं स्वागत करायचं. ते मनापासून केलंय, असं दाखवायचं. मग तो स्वत:च्या कर्तबगारीची रेकॉर्ड वाजवेल, ती ऐकायची. चेहऱ्यावर आपण मग कुतूहल दाखवायचं. 'तुम्हाला हे सगळं कसं जमतं?' – असं कौतुक दाखवायचं. एवढं झालं, की संपलं! त्यापलीकडे बायकोशी काही बोलायचं असतं, तिचंही एक विश्व आहे, त्यात डोकवायचं असतं, हे शैलेशच्या गावी नाही. आपली रेकॉर्ड वाजवली, की संपलं. कधीकधी ती रेकॉर्ड 'ईपी' असते. कधीकधी 'एलपी.' नंतर तो सरळ आपल्या खोलीत जाणार. पुन्हा तो फायलीत डोकं खुपसून बसणार. त्यानं एकदा फाईल उघडली, की त्याला डिस्टर्ब करायचं नाही. त्याचं काम संपलं, की तो झोपणार. लहर लागेल, त्या रात्री सरळ बोलावणार. गरज संपली, की दूर होणार.

हजारो फाईल्सप्रमाणे बायको हीसुद्धा एक फाईलच! सही केल्याप्रमाणे समागम. संवाद, चेष्टा-मस्करी, काही आठवणी, काही स्वप्नं, वगैरे काहीही नाही. ध्येय म्हणा किंवा आयुष्याची इतिकर्तव्यता म्हणा, ती एकच– ऑफिसातली सर्वांत वरची खुर्ची मिळवणं आणि बेदम पैसा जोडणं! कधी सरळमार्गानं आणि नाइलाज झाला, तर वाममार्गानंसुद्धा! माणसाला आणखी काय लागतं आयुष्यात!

लहानपणी आईबाप, शिक्षणासाठी शाळा, नंतर कॉलेज, नंतर मिळवलेल्या शिक्षणाचे दिवे लावण्यासाठी नोकरी, नोकरीतला दर्जा सिद्ध केल्यावर एअरकंडिशण्ड केबिन, स्टेनो, जाण्या-येण्यासाठी गाडी, संसारासाठी आणि पुरुषत्व सिद्ध करण्यासाठी बायको!

याव्यतिरिक्त जे जे आयुष्यात लागतं, ती सगळी चैन! ती भागवण्यासाठी

पैसा. तो तर बेदम काम केल्यावर मिळतोच. पखालीच्या पखाली भरून तो बायकोवर ओतला, की संपलं! बायकोची स्वप्नं, मूड्स, भावभावनांचं स्तोम, हे सगळं कधी बघायचं? रोमान्स इज अ वेस्ट ऑफ टाईम, करीयर इज समथिंग. त्यात आव्हान आहे. जिथं आव्हान असतं, तिथंच ताजेपणा असतो. समोरचा नवा चेहरा जोखणं यात थ्रिल आहे. त्याला कसं वाकवलं, म्हणजे बिझनेस वाढेल, त्याचा अदाजं घेणं यात मजा आहे. शृंगारात काय आहे? त्याच्याइतकं मोनोटोनस काहीच नाही. बायकोच्या शरीराचं कौतुक किती काळ करणार? पसंत करून तिच्याशी लग्न केलं, त्याच दिवशी पावती फाडली. आता वारंवार कौतुक कसं करणार?

पहिलं वर्ष संपायच्या आतच शैलेशनं हे सगळं सांगितलं. शब्द वेगळे; पण भाव तोच. नंतरच्या त्याच्या वागणुकीवरून तेच सिद्ध झालं. रिकामपण खायला उठल्यावर तिनं नोकरी करू का विचारलं. शैलेश म्हणाला,

"जरूर कर. पैसे तरी मिळतील."

तिनं मग शॉर्टहॅण्डचा राहिलेला कोर्स पूर्ण केला. बी.ए.चा कोर्सही केला. टायपिंगची प्रॅक्टिस हवी म्हणताच शैलेशनं एक कोरं करकरीत मशीन घरी आणून टाकलं. शैलेशच्याच जबरदस्त ओळखीनं इन्कम-टॅक्समध्ये स्टेनोची नाकरी मिळाली. नोकरीमुळे मन:शांती मिळाली, असं नाही; पण गुंतवणूक जरूर मिळाली.

–आणि नोकरीमुळेच राजाची ओळख झाली.

कोणत्या तरी कामाच्या संदर्भात एके दिवशी साहेबांची, कारण नसताना बोलणी खावी लागली. तो अपमान सहन न होऊन ती केबिनमध्ये आली. रडणं न आवरून तिनं टेबलावर डोकं टेकून गंगायमुनांना वाट करून दिली. तोच धीरगंभीर आवाजात कुणीतरी म्हणालं,

"तुझं काहीही चुकलेलं नाही."

तिनं चमकून वर पाह्यलं.

"तुझ्या परवानगीशिवाय मी केबिनमध्ये येणं बरं नाही."

तिला नवल वाटलं. केबिनमध्ये यायला परवानगी लागते आणि ओळख नसताना एकेरी नावानं हाक मारायला लागत नाही का, असा तिला प्रश्न पडला.

"आपण?"

"आपण नाही, तू कोण, असं विचारायचं. मी राजा. मी मघाशी केबिनमध्ये होतो. तुझं काहीही चुकलेलं नसताना तुला साहेबांनी बोलायचं काही कारण नव्हतं."

त्या परक्या माणसानं केलेल्या सांत्वनानं तिला जास्तच भडभडून आलं. माणूस परका होता, पण सांत्वनाचे शब्द परिचयाचे होते. आता मोकळं रडण्याचा संकोच वाटू लागला. तेवढ्यात तो म्हणाला,
''भरपूर रडून घे. भूतकाळात झालेल्या अपमानांचे अश्रूच भविष्यातल्या पायवाटेवर शिंपडायचे असतात. म्हणजे अनोळखी पायवाट त्या सड्यामुळे परिचयाची होते. नव्यानं होणाऱ्या अपमानांची शल्यं बोथट होतात.''
ही राजाची आणि राणीची पहिली भेट. त्या दिवशी राजा तिचं ऑफिस सुटेपर्यंत थांबला होता. त्यानं तिला घरापर्यंत सोबत केली. ''पुन्हा केव्हाही एकाकी वाटलं, की हाक मार,'' असं म्हणून तिचा निरोप घेतला.
'एकाकी वाटलं, की हाक मार,' असं राजा म्हणाला, पण प्रत्यक्षात मुद्दाम हाक मारण्याची कधी वेळच आली नाही. आठवणीचा क्षण उगवण्याअगोदरच राजा हजर असायचा. भविष्याच्या पायवाटेवर अश्रूंचा सडा घालायची राजानं मग वेळच येऊ दिली नाही. तरीही राणीला केव्हातरी बेदम रडू यायचं. राजा कुशीत घेऊन समजूत घालायचा. मग रडण्यातही एक आनंद असतो, ह्याचा शोध लागला.

शैलेश आला आणि तिची तंद्री मोडली. त्याने नेहमीची रेकॉर्ड लावली. तिनं ती शांतपणे ऐकली. राजाच्या सहवासाचा, स्पर्शाचा हँगओव्हर अद्यापही मागं राहिला होता. हल्ली हे असंच व्हायचं. निम्मा वेळ घडून गेलेल्या आठवणींच्या उजळणीत जायचा आणि राहिलेला वेळ आगामी संकेतक्षणांच्या प्रतीक्षेत जायचा. मधल्या काळात किंवा एकूण नशेतच शैलेशच्या संसारातली कर्तव्यं करायची. नवऱ्याच्या संदर्भातली कर्तव्यं पार पाडली, की शैलेशलाही काही वेगळं लागत नव्हतं, हे त्यातल्या त्यात बरं होतं. स्वत:च्या कोशात जायला ती मोकळी असायची. राजाच्या आठवणी सोबतीला असायच्याच.
शैलेशनं आल्या-आल्या पुन्हा कपडे केले, तेव्हा तिला नवल वाटलं.
''पुन्हा बाहेर?''
''यस! आठ दिवसांपूर्वी मी तुला म्हणालो होतो, नवीन जागा बघतोय.''
''शैलेश, संसारात एकदा तरी माझं ऐकणार का?
''ही जागा सोडायची नाही, हेच ना?''
तिनं मानं हलवली.
''नवी जागा न बघताच तुझं चाललंय. बिझनेस पॉइण्ट आफॅ व्ह्यू...''
''आणखी मोठ्या जागेची गरजच काय, मला समजत नाही. राजू तिकडे पाचगणीला, इथं फक्त आपण दोघं. एवढ्या लांबून रोज कामावर जायचं?''

"तुला रोज जातायेता लिफ्ट मिळेल."
"रोज टेचात गाडीतून जाते आणि नोकरी स्टेनो टायपिस्टची करते!"
"ते सगळं रात्री बोलू, खाली मल्होत्रा वाट पाहतोय."
शैलेश गेला अन् तिला राजाची आठवण झाली. तीन-तीन लाखांची जागा शैलेश पाहतो. बिझनेसपुढे घराची पर्वा नाही. मोठं होण्याच्या नादात बायकोशी विचारविनिमय करायची त्याला गरजही वाटत नाही. याउलट राजा. राजाला साधे हातरुमाल घेतानाही आपली पसंती हवी असते. कंपनी लागते. राजाबरोबर आपण किती भटकलो, ते तिला आठवायला लागलं. आर.टी.ओ. पासून रेल्वेची काढलेली तिकिटं परत करण्यापर्यंतची कामं आपण एकत्र केली. प्रेशर-कुकरचं झाकण बदलण्यापासून युनिव्हर्सिटीत अनेक वर्षं पडून राहिलेलं सर्टिफिकेट आणण्यापर्यंतच्या सगळ्या बारीकसारीक कामांत त्याची साथ होती. जी ओळख झाली, ती पक्कीच झाली. एखादं गाणं जसं वरच्या षड्जापासूनच सुरू होतं, तसं आपल्या ओळखीचं झालं.
अतिपरिचयानं अवज्ञा न झालेली एकच गोष्ट. राजाचा सहवास!
तेवढ्यात बेल वाजली. कोण असेल, असं म्हणत तिनं दार उघडलं, तर दारात राजा. दोघांनी एकमेकांना कडकडून मिठी मारली. अतिपरिचयानं उबग न आलेली आणखी एक गोष्ट– एकमेकांचा स्पर्श!
राजाला जवळ बसवून घेत तिनं विचारलं,
"तू कसा आलास?"
"गेलोच नव्हतो."
"म्हणजे?"
"मी खाली उतरलो आणि समोरून गाडी आली. शैलेशनं गाडीतल्या माणसांना, 'पाच मिनिटांत येतो' सांगितल्याचं मी ऐकलं."
"मला तू अगदी या क्षणी पुन्हा यायला हवा होतास."
"शैलेश कुठे गेला?"
"तुला तेच सांगायचं होतं. तो गेलाय नवीन मोठी जागा बघायला!"
"ही जागा सोडणार?"
"कसं शक्य आहे? आमचं हल्ली त्याच्यावरून जुंपतं. एक तर आमचं महिनोन् महिने एकमेकांत बोलणं नसतं. विषय तर नसतोच आणि... का, कुणास ठाऊक, बोलत नाही, एवढं नक्की!
"रात्री अकराच्या अगोदर शैलेश घरी येतच नाही. तो मला उठवतही नाही. आठवड्यातून तीन-चार जेवणं त्याची बाहेरच होतात. सकाळी ब्रेकफास्टच्या वेळी 'याला कसा लोळवला, त्याच्याकडून कसे ॲरिअर्स वसूल केले' अशा

मोठेपणाच्या हकिकती संपल्या, की विषय संपले.''
''पण शैलेश...''
''शैलेशचा विषय राहू दे, आपण आपलं बोलू.''
राणी त्याला बेडरूममध्ये घेऊन गेली.
''जागेवरून शैलेशचं आणि माझं रोज वाजणार. मी तुझ्यापासून लांब जाणार नाही.''
''राणी, तू येडपट आहेस. मी तुला हजार वेळा सांगितलंय, पृथ्वीच्या पाठीवर तू कुठेही जा, मी तिथं येतो की नाही बघ. या असल्या कारणासाठी संघर्ष वाढवायचा नाही आणि मनस्तापही करून घ्यायचा नाही.''
''बरं बाबा, चुकले.''
थोडा वेळ दोघं गप्प राह्यली.
''जेवणार का?''
''काय केलंय?''
''मस्तपैकी खिचडी केली आहे.''
''वाढ.''

दिवस चालले होते. उगवण्याची चाहूल न देता उगवत होते. निरोप न देता मावळत होते. राजा आयुष्यात येण्यापूर्वी दिवस रेटावा लागत होता, ढकलावा लागत होता आणि मावळल्यानंतर, 'चला, आणखी एक दिवस लोटला,' असा सुस्कारा स्पेडायची पाळी येत होती. राजा भेटला आणि प्रत्येक दिवसाला गरुडाचे पंख लाभले. आयुष्याचं सार्थक झालं. जगण्याला अर्थ आला. आपली खिलाडू वृत्ती, थट्टामस्करी करणारा स्वभाव, उसळत्या कारंज्यासारखा मनस्वीपणा– हे सगळं जाणणारा साथीदार भेटण्यापूर्वीच आयुष्याचा ग्रंथ संपणार का, अशी दहशत आणि खंत अनेक वर्षं कुरतडत होती. राजा भेटला. सगळ्या जिण्याला परीसस्पर्श झाला.

इंटरकॉमवरून साहेबांनी बोलावलं. डिक्टेशनची वही घेऊन राणी उठली. डिक्टेशन संपल्यावर साहेबांनी समोरच्या माणसाकडे निर्देश करीत सांगितलं, ''हे उदय चिपलकट्टी. बडी असामी आहे. ग्लोबल टेंडर्स भरणारी, अतिशय तल्लख...'' चिपलकट्टींनी साहेबांना थांबवलं.
''थोडक्यात म्हणजे, डोण्ट कीप हिम वेटिंग.''
राणी तिच्या केबिनमध्ये आली आणि क्षणभर तिला खिळवलं. विचार करायला लावला. तिच्या मनात येणारे तुलनात्मक विचार तिलाच त्रासदायक वाटू

लागले. मानेला झटका देत ती खाली बसली. तिनं पाच मिनिटांत काम हातावेगळं केलं आणि तेवढ्यात समोर उदय येऊन उभा राह्यला.

"आपण? सर, मी येतच होते."

"मी आलो म्हणून फार बिघडलं नाही ना?"

राणीचा मनस्वी गोंधळ झाला. तिला शब्द सुचेनात. तिनं उदयकडे पाहिलं आणि दुसऱ्याच क्षणी हातातला टाईप केलेला कागद फाडून टाकला.

"अरे..."

"मला, प्लीज, आणखीन पाचच मिनिटं द्या."

"दहा दिली. ओके?"

राणीनं लगबगीनं खुर्ची पुढे सरकवली. मग तिनं वरून दुसऱ्या ड्रॉवरमधून एक निळसर छटेचा कागद काढला. कापडावर जसं कटवर्क करतात, तशाच पद्धतीनं त्या कागदाच्या डाव्या, वरच्या कोपऱ्यात गुलाबाची फुलं कोरलेली होती. त्या कागदाला सॅटिनसारखी चमक होती.

राणीनं पुन्हा सगळा मजकूर त्या देखण्या कागदावर टाइप करून उदयच्या हातात दिला.

"मी आता कारण विचारू शकतो का?"

क्षणभर विचार करून राणी म्हणाली,

"तुमच्यासारख्यांना आमच्या नेहमीच्या पिवळ्या कागदावर टाइप करून द्यावं, असं वाटेना."

"आय ॲम फ्लॅटर्ड!" एवढं बोलून उदय तिथंच थांबला.

राणीकडे पाहात तो म्हणाला,

"तुमचा चॉइस..."

ती गडबडीनं म्हणाली,

"चॉइस माझा नाही, राजाचा."

"राजा कोण?"

"माझा मित्र."

ती कदाचित 'माझे मिस्टर' असं म्हणेलसं उदयला वाटलं. तिनं मित्र म्हटल्यावर त्याला गंमत वाटली. तेवढ्यात तो म्हणाली,

"आज मी या कागदांचं तुमच्या हस्ते उद्घाटन केलं."

"रिअली? मला वाटलं, पहिलंवहिलं पत्र या कागदावर तुम्ही राजालाच पाठवलं असेल."

"खूप जवळचं नातं निर्माण झालं, की लिहायचं काय... आणि किती?"

"ॲब्सोल्युटली राइट! मी आता थँक्स वगैरे काही म्हणत नाही."

"नका म्हणू."

राणी लिफ्टपाशी थांबली. रांग मोठी होती. तिला जागा मिळाली नाही. लिफ्ट पुन्हा वर येईपर्यंत उदयही त्या रांगेत सामील झाला.

"इफ आय ॲम नॉट टू इन्क्विझिटिव्ह, तुम्ही राहता कुठे? सेंट्रल की वेस्टर्न?"

"मला बसची आराधना करावी लागते रोज."

"मी एक दिवस त्यातून तुमची सुटका करू शकतो."

"तुम्ही कुठे राहता!"

"तुमच्याच बसरूटवर. आमची बस मुंबईभर फिरते. डोण्ट वरी!"

"तुमची बस?" तिनं विचारलं.

तो नुसता हसला.

ऑफिससमोरच उदयची इंपोर्टेड गाडी उभी होती. त्यानं तिच्यासाठी अदबीनं दरवाजा उघडला. गाडी डौलात सुरू केली. धीर करीत राणी म्हणाली,

"इंपोर्टेड गाडीला बस म्हणतात, हे आज प्रथमच समजलं."

उदय नुसता हसला आणि लगेच गंभीर झाला. त्याचा बदललेला चेहरा पाहून ती म्हणाली,

"आय ॲम सॉरी!"

"आँ? सॉरी कशाबद्दल?"

"तुम्हाला माझी कॉमेंट आवडली नाही, असं वाटलं,"

मोठ्यांदा हसत उदय म्हणाला,

"तुम्ही माझ्याकडे मुळीच लक्ष देऊ नका. मी तसा फार वेडपट माणूस आहे. टोटली अ गॉन केस."

आता राणीला हसायला आलं.

"का हसलात?"

"वेडपट माणूस ग्लोबल टेंडर्स भरू शकतो का?"

"वेडपट माणसालाच ते शक्य आहे. आता का, ते विचारा."

"सांगा ना!"

"खऱ्या अर्थानं तो 'विश्वचि माझे घर' मानायला लागतो."

"मग काय वाईट आहे?"

"स्वप्नांची निगा राखता येत नाही."

राणी चमकली. उदयच्या नजरेतून ते निसटलं नाही. स्वत:ला नि उदयला उद्देशून राणी म्हणाली,

"स्वप्नांची निगा राखायची असते?"

"अर्थात! स्वप्नं आपली काळजी घेतात. आपणही त्यांची देखभाल करायची असते."
"इंपोर्टेड गाडीला बस म्हणायचं..."
"तीच देखभाल."
"थोडं समजावून सांगाल?"
"जरूर!"
ती सावरून बसली. त्याचाही चेहरा बदलला. ती दोघं, कशी, कुणास ठाऊक, खूप वेगळ्या वातावरणात गेली. उदय धीम्या आवाजात सांगू लागला,
"अनफॉरच्युनेटली, आय ॲम बॉर्न वुईथ सिल्व्हर स्पून इन द माऊथ."
तिनं चमकून पाहिलं. तिला 'अनफॉरच्युनेटली' शब्द खटकलाय, हे त्यानं जाणलं. तिला खुणेनं थांबवीत तो पुढे म्हणाला,
"आकाशात जेव्हा एखादा कृत्रिम ग्रह सोडतात, तेव्हा गुरुत्वाकर्षणाच्या सीमेबाहेर त्याला पिटाळून लावेपर्यंत सगळा संघर्ष असतो. त्यानं एकदा स्वत:ची गती घेतली, की उरलेला प्रवास आपोआप होतो. तसंच माणसाचं आहे. समाजात विशिष्ट उंची गाठेपर्यंत जबर संघर्ष असतो. पण एकदा अपेक्षित उंचीवर पोचलात, की आयुष्यातल्या अनेक समस्या ती उंचीच सोडवते. माझं तसंच झालंय. मला तर ही उंची जन्मत:च मिळाली. त्याचं वाईट वाटतं."
"का?"
"मागच्या पिढीनं पुढच्या पिढीसाठी वुइल करताना सर्वस्व द्यावं, 'गुडवुइल' मात्र पुढच्या पिढीवरच सोपवावं. मला गुडवुइलही रेडिमेड मिळालं. मग मी कष्ट करून पै-पै जोडणाऱ्या माणसांचा हेवा करू लागलो. इतरांच्या गुडवुइलवर लोळून दिवस काढणाऱ्या माणसांची मी कीवही करू शकत नाही. कारण आपला जोडीदार रोज वरची-वरची उंची गाठतोय, हेही या महाभागांना समजावून घ्यावंसं वाटत नाही. जी माणसं जाणिवेनं जगतात, ती नुसतीच दु:खाची कारणमीमांसा शोधून थांबत नाहीत, तर एखाद्या सौख्याचेही आपण भागीदार का झालो, याचाही ते वेध घेतात. अशी माणसं, ज्या सुखाला आपण पात्र नाही, त्याकडे पाठ फिरवतात. कधी-कधी..."
उदय मधेच थांबला.
"बोला ना, तुम्ही छान बोलताय."
"मला वाटलं, बोअर झालात."
"छे छे, ऐकत राहावं असं बोलताय. सांगा."
"बेदम कष्ट करून पै-पै मिळवावी, असं मला अनेकदा वाटतं. सिंहगड

पाहायचा असेल, तर तो पायी चढत चढतच बघायला हवा. मोटारीचा रस्ता वरपर्यंत केला किंवा हेलिकॉप्टरमधून उतरलात, की विज्ञानाचा चमत्कार समजतो, इतिहास समजत नाही. तसंच ऐश्वर्याचं होतं. पटत नाही; म्हणून मग स्वप्नांची निगा राखणं जरुरीचं वाटतं.''

राणीनं भीतभीत विचारलं,

''मला तुमचं एखादं स्वप्न सांगाल?''

''व्हाय नॉट? जरूर सांगेन. अर्थात, त्याला स्वप्नच म्हणायचं, की कल्पनाविलास, की आणखीन काही, हे ठरवणं मुश्कील आहे.''

''जे असेल, ते सांगा.''

''आता या आलिशान गाडीतून आपण भरधाव चाललो आहोत ना?''

तिनं मान हलवली.

''ते झालं सगळ्यांच्या दृष्टिकोनातून! पण मनातल्या मनात मी प्रत्येक बसस्टॉपवर थांबलेला असतो. सर्वांत गरजू माणसाला गाडीत घेतलेलं असतं. त्याला त्याच्या घरापर्यंत सोडून मगच मी घर गाठतो. हे सगळं करताना कधी मी रात्री दहा, अकरा, बारा वाजता म्हणजे केव्हाही पोहोचतो.''

ती थक्क होऊन पाहातच राहिली.

''आहे की नाही मॅडचॅप?''

''मुळीच नाही. माझा राजाही अस्साच आहे.''

''राजा म्हणजे, तुमचा मित्र? भेटायला हवं त्याला.''

''आत्ता घरी असला, तर भेटेलच.''

''म्हणजे मी घरापर्यंत यायचं?''

''अर्थात! स्टॉपवरच्या अनोळखी माणसांना जर तुम्ही घरापर्यंत सोडता, तर ओळखीच्या...''

''ओऽ, दॅट्स द पॉइण्ट!''

त्यानंतर दोघं गप्प राहिली.

गाडी चालवता चालवता त्यानं कॅसेट लावली. मदनमोहनच्या अनेक गाजलेल्या गाण्यांपैकी एका मेलडीनं ती इम्पोर्टेड गाडी भरून गेली. आता जणू ती गाडी पेट्रोलवर न चालता स्वरलहरींवरच तरंगत चालली होती.

दोघं घरी आली. दार उघडता क्षणी उदय म्हणाला.

''अरे वा, जागा छान आहे!''

''प्रश्न नजरेचा असतो.''

''म्हणजे?''

''काही माणसांना सगळंच चांगलं दिसतं.''

"इतकंही सोपं नसतं. व्यक्तींच्या वृत्ती वास्तूंना व्यापून उरतात. काही काही वास्तू 'याच' म्हणतात. काही काही 'यायचं असेल, तर या' इथपासून 'नाही आलात, तरी चालेल' इथपर्यंत सगळं सांगतात.''

"तसं असेल, तर क्रेडिट राजाला द्या. ही मांडणी त्यानं सुचवली.''

"आज भेटेल का?''

"बघते. बहुतेक बेडरूममध्ये असेल किंवा किचनमध्ये! तसा तोही लहरी आहे.''

राणी आत जाऊन आली. बाहेरच्या खोलीचं उदयचं निरीक्षण संपायच्या आत ती बाहेर आली आणि म्हणाली,

"आज योग दिसत नाही. बहुतेक तो भाजी आणायला गेला असेल.''

"नेहमी भाजी तोच आणतो?''

"कधीकधी! पुष्कळदा तो ऑफिसमध्येच येतो, मग कधी भाजी, कधी वाणीसामान, कधीकधी चौपाटी...

"मग मिस्टर...''

"ते रात्री अकरापूर्वी कधीच येत नाहीत.''

"राजाचं आणि तुमच्या साहेबांचं नातं?''

"राजा शैलेशच्या समोर येतच नाही.''

"मग माझ्याशी ओळख करून देणार, की नाही?''

"राजाला विचारून सांगेन. बहुतेक तुम्ही त्याला आवडाल.''

"कशावरून?''

राणी बिनदिक्कतपणे म्हणाली,

"मला आवडलात, तसेच तुम्ही त्यालाही आवडाल.''

"राजा, मला तू आवडलास, यात नवल नाही. मी तुला का आवडले?''

"आरशासमोर उभी राहा आणि मग हा प्रश्न विचार.''

"म्हणजे चार सामान्य पुरुषांप्रमाणे शरीरावर भाळलास?''

"राणी, प्रारंभासाठी सगुण-साकाराची ओढ ही महत्त्वाची बाब आहे; पण कितीही देखणेपणा-देखणेपणा म्हटलं, तरी त्याला सगुण-साकाराच्याच मर्यादा छळतात. नावीन्य आणि परिचय या दोन अवस्था एकमेकांच्या वैरिणी! मोर अधूनमधूनच, केव्हातरी दिसतो, म्हणून जास्त आवडतो. सातत्य टिकतं, ते विचार देखणे वाटतात, म्हणून; वृत्ती जुळतात, म्हणून! मैत्रीची वीण जास्त पक्की होते, ती वेदना आणि संवेदना एकच होतात; म्हणून! नावीन्याची ओढ ही एक सहजावस्था आहे. कोणतीही देखणी वस्तू

तत्क्षणी आवडते. दीर्घ परिचयानंतरही जर व्यक्ती तेवढीच प्रिय वाटली, तर सगुण-साकारापलीकडचं सौंदर्य दिसू लागतंय, अनुभवायला मिळतंय, असं समजावं. पुरुषाला प्रत्येक देखणी स्त्री आवडते, हा बायकांचा चुकीचा समज आहे. आकर्षण आणि प्रेम या फार वेगवेगळ्या अवस्था आहेत. मी तुलाही फार देखणी समजतो, असं मुळीच समजू नकोस.''

''खरंच?''

''बाय ऑल मीन्स! मी तुला प्रथम पाह्यलं, ते...

''त्याची आठवण नकोय. ज्या मन:स्थितीत आपल्याला कुणीही पाहू नये, असं स्वाभिमानी व्यक्तीला वाटतं...''

''यू आर सॅडली मिस्टेकन, राणी! मी तुला प्रथम चेंबूरला पाहिली. तू एका मैत्रिणीला भेटायला गेली होतीस. परतीच्या वाटेवर काही खरेदी राहिली, म्हणून तू एका दुकानाकडे वळलीस. तू येत आहेस, हे पाहूनही त्यानं रोलिंग शटर खाली ओढलंच. तू पुढे सरसावलीस आणि ताकद पणाला लावून ते शटर पुन्हा वर लोटलंस.''

''माय गुडनेस! राजा, तू तेव्हा तिथं होतास?''

''दुकानदाराच्या तंगड्या त्याच्या गळ्यात अडकवून, हवे ते जिन्नस मिळवून, तू दुकान सोडेपर्यंत मी तिथं होतो. मी तिथं तुझ्या प्रेमात पडलो आणि गप्प राहिलो.''

''का?''

''एवढी देखणी, अफलातून व्यक्ती आपल्या परिचयाची होणं मुश्कील आहे.''

''परिचय झाल्यावर काय वाटलं?''

''त्या भावना वेगवेगळ्या आहेत.''

''म्हणजे कशा?''

''प्रेयसी ते परमेश्वर एवढा मोठा स्पॅन आहे. काय काय सांगू? कधीकधी बेदम भीती पण वाटते.''

''कसली?''

''मला पार पांगळं करून टाकलंस. तुझं जर काही कमीजास्त झालं, तर मला मुक्तपणे रडताही येणार नाही.''

''का?''

''कारण दरवाजावर माझ्या नावाची पाटी नाही, म्हणून!''

''तुझ्या संदर्भात मला तीच भीती वाटते.''

''फजूल आहे. तू संपताक्षणी मी संपणार आहे.''

''जाऊ दे. आपण दुसरं काहीतरी बोलू.''

"नो, आय वॉण्ट टू कंन्टिन्यू."
"का पण?"
"राणी, तू मला काय काय दिलंस, याला मोजमाप नाही गं! अर्थात परमेश्वराचं देणं असंच असतं. मोजमाप नाही, हिशेब नाही."
बोलता बोलता राजा खाली झुकत गेला आणि त्यानं राणीच्या पावलांवर मस्तक टेकून तिच्या पावलांवर ओठ टेकले.
तेवढ्यात बेल वाजली. राजा न सांगता गॅलरीत धावला. राणीनं दार उघडलं, तर दारात उदय.
"तुम्ही?"
"हो, का? डिस्टर्ब केलं का?"
"मुळीच नाही."
"मी प्रथम ऑफिसात गेलो. तुम्ही रजेवर आहात असं समजलं, यावंसं वाटलं, आलो. रागावलात?"
"भलतंच! या ना! हातातलं ते ओझं इकडे द्या."
उदय पटकन म्हणाला,
"हे ओझं नाही. स्वप्नांना वजन नसतं."
राणी बघत राहिली.
स्वत:शी मनसोक्त हसत उदय म्हणाला,
"जस्ट अ मिनिट."
पुढच्याच क्षणी त्यानं सुमारे दहा-बारा रंगीत एन्लार्जमेंट्स राणीच्या हातात ठेवली. ते फोटो फार वेगळे होते. मोटेवर बैलांपाठोपाठ मागेपुढे होणारा शेतकरी, उसाच्या गुऱ्हाळात काम करणारा गुऱ्हाळवाला, उतरत्या हातगाडीवर झोपलेला हातगाडीवाला, लाल डगल्यातला हमाल.
सगळे फोटो पाहून तिनं विचारलं,
"हे सगळे फोटो कुणाचे? कशासाठी?"
"नीट पाहिलेस?"
मग तिनं ते पुन्हा पाहिले. तरी तिला फारसा उलगडा झाला नाही.
मग उदय म्हणाला,
"ते सगळे फोटो माझे आहेत."
"काय, म्हणता काय?"
"एक यडचापपणा! मी फिरतो एअरकंडिशण्ड गाडीतून. ग्लोबल टेंडर्स भरतो. पण मनानं जगतो, ते असलं रांगडं जीवन. पैसा बेदम आहे. वेगवेगळ्या मेकअपमधले फोटो काढून ठेवलेत. गुडीगुडी हसणं, फाईव्ह

स्टार एटिकेट्स, लिपस्टिक आणि नॉयलॉनमधल्या बाहुल्या, बर्थ-डे पार्टीज, प्रेमाचा लवलेश नसताना बर्थ-डे केक्स घेऊन येणारी मित्रमंडळी– या सगळ्यांचा उबग आला, की हे फोटो बघत राहतो.''

''काय वाटतं तेव्हा?''

''खरं सांगू? एवढं केलं खरं, पण मनाचा कोंडमारा संपत नाही. मोकळा श्वास घेता येत नाही. काय करू?''

''एक दिवस हे फोटो इथं ठेवा. मी राजाला दाखवीन. त्याच्याजवळ बऱ्याच प्रश्नांची उत्तरं आहेत.''

''राजाबद्दल एक विचारू का?''

''जरूर!''

''तुमची मैत्री किती दिवसांची?''

''बालपणापासून!''

''मग तुम्ही लग्न का नाही केलंत?''

''तो एक केवळ सामाजिक संस्कार आहे. तसंच म्हणाल, तर आमचं लग्नही झालंय.''

''कधी?''

''एकमेकांना वरणं हा जर फक्त दोनच माणसांचा संस्कार मानला, तर अशाच एका एकान्तात, एका ज्योतीच्या साक्षीनं आम्ही विवाहबद्ध झालो आहोत. राजा तेव्हा कमालीचा भेदरला होता.''

''का?''

''तो त्याचा स्थायीभाव. पाच पावलं सामोरं जाण्याचं धैर्य मला उपजतच, माझ्या चार बुकंही न शिकलेल्या आईनं दिलं, म्हणून आमचं लग्न झालं. राजा तेव्हा म्हणाला, 'राणी, तुझ्या सहवासातल्या सुखाची जबर किंमत मला केव्हातरी मोजावी लागेल.' ''

''व्हेरी टू!''

''मी त्याला म्हणाले, तू किंमत अगोदरच मोजलेली आहेस. आता फक्त उपभोग घ्यायचा आहे.''

उदयचा चेहरा बदलला. राणी म्हणाली,

''किंमत मोजल्यावरच एखाद्या गोष्टीचा लाभ होतो, असा दृष्टिकोन ठेवला, तर सौख्याला कडकडून भिडता येतं.''

''लाखातलं बोललात.''

''कर्ज काढून ओनरशिपचा फ्लॅट घेण्यावर म्हणूनच माझा विश्वास नाही.''

त्यानंतर चारच दिवसांनी भेटायला आलेल्या उदयला राणी म्हणाली,
''मी राजाला तुमचे फोटो दाखवले आणि प्रॉब्लेमही सांगितला. तुमच्या शब्दांत सांगितला.''
''एनी सोल्यूशन?''
''आहे. तुम्हाला पटेल?''
''तुम्ही सांगा, मग ठरवीन.''
''राजा म्हणाला, सगळे फोटो फाडून टाका, उत्तर मिळेल.''
''इतकंच ना? डन!''
क्षणाचाही विचार न करता उदयनं फोटो फाडून टाकले, ते कपटे मागच्या रिकाम्या प्लॉटमध्ये फेकण्यासाठी तो गॅलरीत आला. वाऱ्यावर स्वैर विहार करीत करीत ते तुकडे जसजसे जमिनीकडे धाव घेऊ लागले, तसतसं उदयचं मन हलकं होत आकाशाकडे झेपावू लागलं.
श्वास मोकळा व्हायला लागला.
फुप्फुसं तुडुंब होईतो प्राणवायू घेता येणं हे जगातलं सर्वश्रेष्ठ असं, इंद्रपदापेक्षा श्रेष्ठ सौख्य आहे, हे उदयला जाणवलं.
आत येत तो म्हणाला.
''राणी, यू आर ग्रेट! आय हॅव नेव्हर कम ॲक्रॉस अ लेडी लाईक यू!''
''आभार राजाचे माना.''
''तो कुठं भेटतोय मला?''
''ही इज अ मूडी पर्सन. अनेक जवळच्या माणसांचे फटके खाऊन तो एकाकी झालाय. त्याच्या आणि माझ्या मैत्रीचे धागे जास्त जास्त निकट होण्यासाठी, अप्रत्यक्षपणे राजाचीच नात्यातली मंडळी मदत करतात.''
''म्हणजे?''
''आमची जगावेगळी मैत्री कोण मानेल? राजाचे नातेवाईक स्वार्थ साधण्यापुरती मला जवळ करतात. नव्या ओळखी राजा म्हणूनच टाळतो.''
''ठीक आहे. मी माझी मैत्री त्याच्यावर लादणार नाही. त्यानं फक्त फोटो फाडण्याचा सल्ला का दिला, तेवढं सांगा.''
''उदय, असं आहे, जे अमूर्त आहे, त्याला मूर्त करू नये. जे अमूर्त आहे, ते निराकार आहे. जे निराकार असतं, ते अनंत असतं. विश्व व्यापून उरतं. स्वप्नं तशीच असतात. ती तशीच ठेवा. तुम्ही स्वप्नांची छायाचित्रं बनवलीत. स्वप्नांचे रंग मोजता येत नाहीत. छायाचित्रं सप्तरंगात कोंडता येतात. रंगांनी ओथंबलेली छायाचित्रं थोड्याच वेळात जुनी का वाटतात? आणि स्वप्नं कायम टवटवीत का वाटतात? तर स्वप्नात एक जास्तीचा

रंग असतो. त्याचं नाव अंतरंग. तुम्ही तुमची स्वप्नदृष्टी चौकटीत बांधायला निघालात, मग कोंडमारा का होणार नाही?''

उदयनं आणखीन भरभरून श्वास घेतला. मग तो बेभान झाला. केविलवाणा झाला.

''मला प्लीज, या क्षणी राजाला भेटवा.''

राणीच्या डोळ्यांत तरारून पाणी आलं. हाच क्षण टाळण्याचा इतके दिवस प्रयत्न होता.

अगदी या क्षणी शैलेश येईल का?

किंवा राजा?

एक वेळ शैलेश येईल, पण राजा येणार नाही. उदय कळवळून म्हणाला, ''प्लीज...''

''आय ॲम सॉरी! हेल्पलेस! राजा कधीच भेटणार नाही.''

''का?''

''त्यालाही चौकटी मान्य नाहीत.''

''पण माझ्यासाठी...''

''उदय, उदय, राजा खरा नाही रे!'' राणी आकांतानं म्हणाली.

''म्हणजे...?''

''लहानपणची भातुकली मी अजून खेळते. त्यात रमते. दंग होते. राजाही भातुकलीतलाच! तो कधी नवरा होतो, कधी मित्र, कधी हितचिंतक, कधी बाप, कधी मुलगाही! मनात येईल, तेव्हा प्रियकर! तो शैलेशसारखा बलात्कार करीत नाही. प्रेयसीचं किंवा बायकोचं शरीर त्याला दिसत नाही. तो मनावर गारूड करतो. मग त्याला किती देऊ, किती नको, असं होतं. भातुकलीचं हेच वैशिष्ट्य! सगळी दानं मनासारखी! जिंकलो, तर हरावंसं वाटतं; हरलो, तरी पराजयाची खंत उरत नाही.''

''राणी, शब्दन् शब्द भेदून जातोय. राणी, आपण रोज भेटायला हवं.''

''तेच करायचं नाही, उदय. विचार, मनं जुळली, म्हणजेच एकमेकांना सावरावं लागतं. शरीर हे साध्य नव्हे.''

उदय अगतिकतेनं म्हणाला,

''मग मुळातच आपली ओळख का झाली?''

''सांगते. प्रत्येकानं काही ना काही वेड घेतलेलं असतं. केवळ शरीरानं जगणाऱ्या माणसांच्या गरजा निव्वळ शारीरिक असतात. मन नावाची ठिणगी आहे, ती सातत्यानं प्राणवायूच्या शोधात असते. पण तरीही, आपण

घेतलेल्या वेडाला, कुणीतरी ते वेड नसून शहाणपण आहे, असं म्हणावं, ही इच्छा असते. अशा दोन वेड्यांचा प्रवास त्यांच्याही नकळत एकमेकांच्या दिशेनं चालू असतो. नाहीतर, तुम्ही ग्लोबल टेंडर्स घेणारे, मी एक स्टेनो. काय संबंध आपला, सांगता?''

''मी तर याचा ओळख झाल्यापासून विचार करतोय. थकलो, तेव्हा नाद सोडला.''

''आपल्याला त्याचं उत्तर मिळणार नाही. आपणही विचार करू नये आणि खरंतर इतरांनी पण करू नये. नियती ज्याप्रमाणे एखाद्याचं आयुष्य अपूर्ण ठेवते, त्याप्रमाणेच कुणाचा सहवास लाभल्यामुळे ते पूर्ण होईल, याचं उत्तर पण नियतीजवळच असतं. आपण दोघंही शहाणे आहोत, एवढंच सांगण्यासाठी आपली भेट झाली.''

''पण...''

''उदय, ट्राय टू अंडरस्टॅण्ड मी. आयुष्यात वाट्याला येणारी उपेक्षा, आपली महत्त्वाकांक्षा न समजणारा कर्तृत्वशून्य जोडीदार, नाव कमावण्याची जिद्द नसलेली मुलं, जिव्हाळ्याचं नाटक करणारे मित्र... या सर्वांवर उतारा म्हणून भातुकली! सर्व मनस्तापांवर पर्याय म्हणून भातुकली आणि भातुकलीतला राजा! आता मला सांगा, ही भातुकली जर प्रत्यक्षात उतरली, तर भातुकलीवर पर्याय आहे का?''

■

वपु८५

कर्मयोगी

'तुमचं पत्र मिळालं. कार्यक्रमाची तयारी झालेली आहे. आपल्या उतरण्याची व्यवस्था कार्लेकरांकडे केली आहे. स्टेशनवर आमचे कार्यकर्ते हजर राहतील.'

नागपूरहून पत्र आलं आणि कार्लेकरांचा विचार करीत मी विमानात पाऊल ठेवलं. विमानानं नागपूरला जायचं, हे ठरलेलं असतानाही चौघुल्यांनी त्यांच्या पत्रात 'स्टेशन' असं का लिहिलं, हे टेन्शन होतंच.

चौघुले आमच्या नियोजित कार्यक्रमाचे सेक्रेटरी. कार्यक्रम अशाच कुठल्या एका 'विकास वाचनालया'च्या मदतीसाठी! चौघुल्यांचं पहिलं पत्र आलं, त्या पत्राच्या शेवटी आडनावाचा पत्ता लागणार नाही, अशी एक गुंता झाल्यासारखी सही होती. आपली सही भारताच्या कानाकोपऱ्यांत– म्हणजे नागालँडपासून कोसबाडच्या आदिवासींपर्यंत पोहोचली आहे, असा काहींचा समज असतो. 'पुढच्या पत्रात सहीखाली आपलं नाव असावं, ही विनंती' असं मी माझ्या पत्रात लिहिलं. त्यानुसार चौघुल्यांनी सहीखाली नाव लिहिण्याची दक्षता घेतली होती. पण पत्राच्या पाकिटाला चोपडलेला डिंक, तंबाखू खाणाऱ्या माणसांच्या ओठांच्या कोपऱ्यातून कधीकधी जसा मुखरस ओघळतो, तसा ओघळून आतल्या कागदाला लागला असावा. त्यामुळे बाहेरचं पाकीट आपल्या बाहुपाशातून आतलं पत्र सोडायला जाम तयार नव्हतं. पोस्टमार्टेम करून पत्र बाहेर काढताना चौघुले आतल्या पाकिटालाच चिकटले. 'या वाचनालयाचा विकास कसा व्हायचा?' असं म्हणत मी सेक्रेटरींना आणखीन एक पत्र टाकलं. पाकिटाला डिंक किती लावायचा, हेही अजून या देशातल्या लोकांना शिकवावं लागतं, याचं मला वाईट वाटलं. चौघुल्यांच्या बरोबर दोन-तीन

महत्त्वाचे शब्दही पाकिटाला चिकटले. त्यामुळे परतीचं रिझर्व्हेशन या शब्दापुढे गाळलेल्या म्हणजेच चिकटलेल्या शब्दांत, 'झाले आहे' किंवा 'झाले नाही' यापैकी कोणता मजकूर आहे, याचा पत्ता लागत नव्हता. माझ्या या पत्रानंतर चौघुल्यांनी उत्तर पाठवण्यासाठी बदली गडी दिला. त्या बदली गड्याचं अक्षर अप्रतिम होतं. पण महत्त्वाचा मजकूर न लिहिता अवांतर माहिती बेदम होती. रात्री फोनवर बोलतो, असं लिहून त्यानं मला रात्री नऊनंतर घरात स्थानबद्ध केलं.

रात्री नऊनंतर लघुशंकेलाही न जाता मी टेलिफोननामक मुर्दाड यंत्राजवळ जाऊन बसलो. स्वत:चा छळ करवून घेणारं हे यंत्र आपण आठ-आठ वर्षं वाट पाहून, हजारो रुपयांवर पाणी सोडून आणतो आणि मग त्या यंत्रालाच आपण विकले जातो. प्रिय माणसांचा आवाज हे पिशाच्च आपल्यापर्यंत पोहोचू देत नाही. ट्रंक-कॉल बुक करणं म्हणजे तर मागच्या जन्मातलं पातकच फेडायचं. टेलिफोन एक्स्चेंजमधली अदृश्य कैदाशीण तुमचा किती आणि कसा अपमान करील, हे सांगणं मुश्कील! आपण उलट बोलायचं नाही, कारण संभाषणाच्या सगळ्या नाड्या तिच्या हातात. आपल्याला नीट ऐकू आलं नाही, तर तो तिचा किंवा यंत्राचा दोष नसून तो फक्त आपला दोष असतो. घरात टेलिफोनजवळ बसून राहिलो. रोग्यानं शेवटचा श्वास घेताक्षणी सलाईनच्या नळ्या काढायला सिस्टर ज्या नजरेनं उभी असते, तसा मी त्या सैतानाकडे पाहात दीड तास बसलो होतो.

शेवटी एकदाची बेल वाजली.

"मी नागपूरहून पटवा बोलतोय."

"बोला."

एवढं म्हणताच टेलिफोननं आचका दिला. मग पुन्हा बेल वाजली.

"मी नागपूरहून पटवा..."

पुन्हा फोन बंद. तीन मिनिटांनी तिसरी घंटा.

"मी नागपूरहून..."

त्यानंतर मिक्सरच्या आवाजात मिल्क कुकरची शिट्टी मिसळली, तर जसा संमिश्र आवाज येईल, तसा आवाज आला आणि ती अज्ञात टेलिफोनसुंदरी त्या आवाजाला मागे सारीत म्हणाली.

"स्पीक लाउडली..."

"मी वपु बोलतोय."

"स्पीक लाउडली प्लीज."

मग मी म्हणालो,

"तुम्ही फोन डिस्कनेक्ट करा, मी नागपूरशी तसंच बोलतो."

त्यानंतर भयाण शांतता–
पटवांना काय पटवायचं होतं, याचा उलगडा न होताच मी विमानात बसलो. एका कार्यक्रमापूर्वी हा एवढा खटाटोप असतो.
विमानात बसलो. कोर्टात न्याय मिळत नसून, कोर्टात जे मिळतं, त्याला न्याय म्हणावा लागतो. त्याप्रमाणे विमानात जी एअर-होस्टेस भेटते, ती सुंदर मानावी लागते. तिनं सुंदरच असावं, ही अपेक्षा गैर नसली, तरी वास्तव नसते. पण ती कमीत कमी एअर-होस्टेसच असायला हवी. एअर-होस्टाइस नको.
पण आमच्या नशिबाबद्दल काय सांगावं? त्या दिवशी जी एअर-होस्टेस होती, तिनं तो टॉफी-चॉकलेट्सचा ट्रे माझ्यासमोर अशा कुर्रेबाज चेहऱ्यानं ठेवला, की 'घे, लेका, फुकटच आहेत.'
जास्तीत जास्त प्रवासाचे पैसे भरून दोन-दोन तास एअरपोर्टवर थांबायचं. पहाटे, वेळी-अवेळी उठायचं. फासावर जाणाऱ्या आरोपीप्रमाणे झडती द्यायची. या सगळ्या सक्तमजुरीला स्टेटस म्हणायचं.

नागपूरला उतरलो. चौघुले-पटवा सगळे भेटले. परतीचं तिकीट 'ओ. के.' व्हायचं होतं, ही मंगलवार्ता देऊन पटवांनी पोटात गोळा उठवला. मग फोनवर नीट कसं ऐकू येत नाही, वगैरे अनावश्यक चर्चा झाली. कार्लेकरांचं घर येईपर्यंत मी ते ऐकून घेतलं. कार्लेकरांच्या स्वाधीन अस्मादिकांचा देह सोपवून ती मंडळी निघून गेली.

कार्लेकरांनी अतिशय अगत्यपूर्वक स्वागत केलं. त्यांच्या घरात पाऊल पडेपर्यंत कार्लेकरांचा व्यवसाय कोणता, हे माहीत नव्हतं. बैठकीच्या खोलीत कार्लेकरांचा पोलीस युनिफॉर्ममधला, खऱ्या अर्थानं म्हणता येईल, असा रुबाबदार फोटो भिंतीवर झळकत होता. त्या फोटोकडे मी पाहिलं आणि एका योगायोगाची मला विलक्षण गंमत वाटली.
विमानानं टेक-ऑफ घेतला. ऑक्सिजन मास्कचं ठरलेलं नाटक पर्सरनं करून दाखवलं. त्यानंतर पत्र्याच्या वासाचा भपकारा मारणारं एक रंगीत पेय वाटण्यात आलं. मी ते संपवलं आणि 'कृपया अपनी कुर्सी की पेटी...' वगैरे वगैरे घोषणा सुरू होईतो एक डुलकी काढायची, असं ठरवतोय, तोच कानांवर शब्द आले:
"नमस्कार, काका." शेजारच्या रिकाम्या सीटवर बसत त्यानं विचारलं, "ओळखलंत?"
–आणि त्यानंतर मला आवडणारी एक महत्त्वाची गोष्ट त्यानं केली.

प्रश्नापाठोपाठ तो म्हणाला,
"मी तुम्हाला अकारण कोडं टाकून छळत नाही, यू आर नॉट सपोज्ड टू रिमेंबर एव्हरीबडी. मी सतीश. पोलीस-कमिशनर दिवेकरांचा मुलगा."
आपली नागपूरपर्यंतची हक्काची विश्रांती संपली; पण त्याचं वाईट वाटू नये, अशी ही व्यक्ती होती. पुष्कळ दिवसांत त्या भल्या माणसाला मी भेटलो नव्हतो. आता कमिशनरसाहेबांची सगळी ख्यालीखुशाली सतीशकडून समजेल.
"काय म्हणताहेत कमिशनर?"
"बाबा तसे ठीक आहेत... पण...!"
"एनी प्रॉब्लेम?"
"सम व्हॉट."
"त्यांची प्रकृती तर ठणठणीत आहे की!"
"पोलादी म्हणा."
"तेच. तसंच म्हणायला हवं. मग?"
"प्रॉब्लेम सायकॉलॉजिकल आहे."
"अशक्य! ज्ञानेश्वरीचा छंद असलेला माणूस मनानं आपोआप निर्लेप होत जातो."
"जायला हवा."
नंतर तो गप्पच बसला. त्याला काहीतरी सांगायचं असावं, पण कदाचित कसं सांगावं, कळत नसावं किंवा किती सांगावं, या विचारात तो असावा. त्याला बोलतं करायची जबाबदारी माझी होती. त्यापूर्वी एक अजमावणं जरुरीचं होतं. बापाच्या या अवस्थेबद्दल त्याच्या मनात अनुकंपा आहे, की चीड?
एखाद्याच्या मानसिक व्याधीचा उपद्रव त्या व्यक्तीबरोबर प्रत्येकाला होत असला, तर भोवतालची माणसं वैतागलेली असतात. पण तो त्रास ज्याचा त्यालाच होत असला तर ती माणसं हतबल झालेली असतात. सतीशच्या एक-दोन कॉमेण्ट्सवरून ते आपोआप कळणार होतं. त्या दिशेनं मी मग प्रश्न विचारला,
"मी काही मदत करू शकतो का?"
"जरूर करा. त्यांना त्या अवस्थेत बघवत नाही. कालवाकालव होते."
"त्यांची ती अवस्था... म्हणजे काय?"
"ते हल्ली सारखे घाबरतात."
"पाल्पिटेशनचा त्रास आहे का?"
"अजिबात नाही."
"इ.सी.जी. काढला होता?"
"चारच दिवसांपूर्वी! ॲब्सोल्यूटली नॉर्मल आहे."
"डॉक्टर कोण आहेत?"

''चांगल्यापैकी कार्डिऑलॉजिस्ट आहेत. आमच्या नशिबानं डॉक्टरांचा तोटा नाही. बाबांना मानणारे तर खूप आहेतच, त्याशिवाय मी मेडिकल रिप्रेझेंटेटिव्ह असल्यानं आणखीन मदत होते आणि तरीसुद्धा तुमच्या माहितीतले कुणी असतील, तर सांगा. मी नाही म्हणत नाही.''

''ते घाबरतात, म्हणजे काय होतं?''

''हॅल्युसिनेशन.''

''तू आता काहीसा त्याच व्यवसायात आहेस, म्हणून मी जास्त चौकश्या करत नाही. तुम्ही सगळे उपाय केलेच असतील.''

''तरी विचारा.''

''न्यूरॉलॉजिस्ट...''

''ते सगळं झालं. सायकिॲट्रिस्टकडे जायची हिंमत होत नाही. कारण पेशण्टपेक्षा ती प्रोफेशनच बदनाम झाली आहे.''

''त्यांना भास होतात, म्हणजे काय होतं?''

''लालबाग प्रकरण त्यांच्या डोक्यातून जात नाही. तिथला दादा त्यांना दिवसा-रात्री केव्हाही दिसतो. घाबरतात. लहान मुलासारखे होतात.''

मी काहीसं स्वत:शीच म्हणालो,

''त्यांच्या डोक्यातून ते काढून टाकायला हवं. लवकरात लवकर!''

''अवघड आहे. कारण त्या बाबतीत ते खरोखरच लहान मुलासारखे झालेत. लहान मूल दिवसभर शहाण्यासारखं वागतं. पण माळा म्हटलं, की घाबरतं. मोठ्या स्टुलावर त्याला उभं करून, माळ्यावर काहीही नसतं, असं पटवून दिलं, तरी त्याची भीती जात नाही. तसंच बाबांचं झालंय. ते फार बोलणारे नाहीत. स्वत:बद्दल तर कधीच काही सांगणारे नाहीत. पण आता क्वचित केव्हातरी कुणी खास आलं तर लालबागच्या दादाबद्दल गौरवानं बोलतात. आपण त्याला कसा लोळवला, हे वर्तमानकाळाचं भान विसरून सांगतात. पण हे सगळं तेवढ्यापुरतं. पुन्हा त्याच दादाला घाबरतात.''

''फार नवल आहे. आम्ही त्यांना डेअरडेव्हिल म्हणून सलाम करत होतो.''

सतीश पटकन म्हणाला,

''काका, ते खरंच तसे आहेत. लालबागच्या दादाचा दरारा काहीच नव्हता; इतका पिटक्यानं हैदोस घातला होता. त्यानं तर बाबांना चॅलेंज दिला होता, की हिंमत असेल, तर कोणतंही हत्यार न घेता, मदतीला पोलीस न घेता माझ्या घरी एकटे या.''

''बरं मग?''

''मग काय? बाबा एकटे गेले. कुणालाही न सांगता गेले. त्यांनी पिटक्याला

खुद्द त्याच्या घरात जाऊन पिटला. 'मी सुद्धा बायकोचं कुंकू पुसून आलोय,' असं म्हणत पिटक्याची मान पकडली. सोडा-वॉटरची बाटली फोडून त्यानं दंडावर वार केला. वाहणाऱ्या रक्ताची पर्वा न करता त्याला जीपमध्ये टाकून स्टेशनवर नेलं. ऑफिसकडून असलं धाडस केल्याबद्दल दमही मिळाला आणि प्रमोशनही! मला वाटतं, त्याच सुमारास त्यांची आणि तुमची ओळख झाली.''

''येस. दॅट रिमाइण्ड्स मी. दादरच्या वनमाळी हॉलमध्ये ब्रेन ट्रस्टचा कार्यक्रम होता. तेव्हा आमचा परिचय झाला. त्यानंतर दोनच दिवसांनी मी त्यांना त्यांच्या पोलीस स्टेशनवरच भेटायला गेलो. पकडून आणलेल्या खिसेकापूंना, गुंडांना ते यथास्थित, न ऐकवणाऱ्या शिव्या देत होते आणि हातात एकीकडे त्याच वेळेला ज्ञानेश्वरी होती, तीही वाचत होते. मी पाहातच राह्यलो तेव्हा.''

सतीश मनापासून हसला. आपल्या बापावर तो खूश अहे, हे मला प्रकर्षानं जाणवलं.

''तुम्हाला तेव्हा काय वाटलं?''

''हाच प्रश्न त्यांनी तेव्हा मला विचारला. मी गप्प राहिलो. ते दिलखुलास हसत म्हणाले, 'गीतेतच सांगितलंय– मामनुस्मर। युध्य च। तेव्हा आपल्यावर भार नाही, हे युद्ध करायचं काम त्यानं सोपवलंय. धर्मसंस्थापनार्थाय संभवामि युगे-युगे, असं त्यानं वचन दिलं असलं, तरी त्याला ते क्लेश द्यायचे नाहीत. आमचं डिपार्टमेंट त्यासाठीच आहे.' मी म्हणालो, सगळ्यांना हे कसं साधायचं? त्यावर त्यांनी अगदी साधं उत्तर दिलं. माहीत आहे का?''

''अंदाज आहे, पण तुम्ही सांगा.'' सतीशनं अगदी उत्कटतेनं विचारलं.

''ते म्हणाले, कोणताही गुंड, समाजकंटक तावडीत सापडला रे सापडला, की द्रौपदीच्या निऱ्यांना हात घालणारा दुःशासन त्याच्या रूपात दिसला पाह्यजे. मग चेव आपोआप येतो.''

सतीशनं पुनर्प्रत्यय आल्याप्रमाणे मान हलवली; पण लगेच गंभीर झाला.

''काय झालं?''

''इतकी चांगली पार्श्वभूमी, आध्यात्मिक पिंड, गीतेतल्या कर्मयोगावर श्रद्धा, असं सगळं असताना त्यांना असला त्रास का व्हावा, कळत नाही. सुडक्याला मरून कितीतरी वर्षं झाली, पण...''

मला एकूण तो सगळा इतिहास सविस्तर माहीत नव्हता. आज अचानक हे सगळं समजणार होतं. सतीशला मी ते सगळं सांगशील का, विचारलं.

''मीही तेव्हा फार मोठा होतो, असं नाही आणि त्याहीपेक्षा मी तेव्हा माझ्यातच दंग होतो. सुडक्यानं तेव्हा लालबाग-परळ विभागात हैदोस मांडला होता. बाबा तेव्हा भोईवाड्याला होते. सुडक्याचा दरारा अफाट. बाबांचा त्याच्यावर अनेक

दिवस डोळा होता. संधी सापडत नव्हती. तो बेडरपणे हिंडायचा.''
''सुडक्या होता कोण?''
''सध्याच्या निधर्मी राज्यात सुडक्या कोण, हे स्पष्टपणे बोलणं अशक्य आहे. विशिष्ट जमात म्हणतो, तुम्ही काय ते ओळखा.''
मी हसलो.
''बाबांना हवा तो दिवस आणि हवी ती संधी मिळाली. 'हिंदमाता' सिनेमाच्या आसपास दंगा-गडबड म्हणा किंवा काहीतरी मामला बिघडलाय, अशी खबर मिळाली. पोलीस स्टेशनवर त्या क्षणी एकही इन्स्पेक्टर नाही. स्टाफ नाही. दोन पोलीस आणि बाबा. वायरलेसवरून मेसेजेस गेले. पण कुठूनही उत्तर नाही.
''–आणि तेवढ्यात फोन वाजला. फोन माझ्या आईनं केला होता. घरी वेगळाच प्रॉब्लेम होता. एकाएकी शरदकाकाचं डोकं दुखायला लागलं होतं. बाबा काहीच ऐकायच्या मन:स्थितीत नव्हते. ते आईच्याच अंगावर ओरडले. 'ॲस्प्रो दे, ॲनासिन दे' असं काहीतरी म्हणत त्यांनी फोन ठेवला. पाच मिनिटं स्टाफ मिळतो का बघण्यात गेली. तोपर्यंत आईचा दुसरा फोन. 'शरदभाऊजींच्या यातना बघवत नाहीत. लगेच या.' बाबांनी सांगितलं, 'त्याला के.ई.एम.ला ने. जवळच आहे. एवढं कळत नाही का?' ''
''शरदकाका कोण?''
''बाबांचा धाकटा भाऊ.''
''बरं मग?''
''बाबांनी स्टाफची वाट पाह्यली. तोपर्यंत दंगा उसळला. जास्त वाट बघणं धोक्याचं होतं. बाबा तसेच दोन हवालदारांबरोबर निघाले. मेनरोडवर आले. परिस्थिती गंभीरच होती. दुकानं फटाफट बंद झाली आणि बाबांच्या जीपवर एका हॉटेलातून सोडा-वॉटरची बाटली आली. ती पोलिसाच्या नडगीवर फुटली. बाबा रिव्हॉल्व्हरसकट त्या हॉटेलकडे धावले. हॉटेलवाल्यानं तोपर्यंत रोलिंग शटर खाली खेचलं. बाबांनी मधे पाय घातला आणि शटरचं वजन पेलून धरलं, तोपर्यंत हवेत एक गोळी झाडली. जमाव पांगला आणि बाबांचं नशीब, म्हणजे त्याच वेळेला पोलीस व्हॅन आली. मग लोकांना चेव आला. दगडफेक सुरू झाली.''
मी मध्येच अगदी आश्चर्यानं विचारलं,
''लोकांना अशा वेळी दगड नेमके कसे मिळतात, कळत नाही.''
''महापालिकेची कृपा असते ना! रस्तादुरुस्तीसाठी खडीचे ढीग आठ-आठ दिवस पडलेले असतात. फरश्या उडालेले फुटपाथ असतात.''
''करेक्ट!'' न राहवून मी दाद दिली.

"तरीही त्या दिवशी गुंडांचं फार काळ काही चाललं नाही. बाबांचा ॲटॅकच जबरदस्त असतो. लोक पांगले आणि बाबांचं दैव त्या दिवशी इतकं जोरदार, की सुडक्या त्यांच्यापासून दहा ते पंधरा फूट अंतरावर उभा! मग बाबा हा चान्स सोडतात काय? त्यांनी रिव्हॉल्व्हर रोखलं. दोन गोळ्या झाडल्या. एक उजव्या मांडीत गेली, दुसरी कमरेच्या जरा खाली गेली. तडफडत्या अवस्थेत सुडक्याला पोलीस व्हॅनमध्ये टाकलं. पुन्हा जीपमध्ये परत न जाता बाबा व्हॅनमध्ये गेले. गाडी पोलीस स्टेशनकडे निघाली. बाबांनी मधेच ती थांबवली. ते व्हॅनच्या मागच्या बाजूला चढले. सुडक्या बराचसा रक्तस्राव होऊनही शुद्धीवर होता. बाबांना आई-माईवरून शिव्या घालत होता. बाबांनी पुन्हा रिव्हॉल्व्हर काढलं. त्या क्षणी तो ओरडला, 'दिवेकरसाब, गोली मत चलाव.' त्याला चेव येईल, अशी बाबांनी शिवी हासडली. तो त्यांच्या अंगावर थुंकला. मग बाबांनी पिस्तूल रोखलं, तेव्हा तो जिवाच्या आकांतानं ओरडला, 'तुम्हारा भाई समझो, गोली मत चलाव.' पण काय उपयोग? तोपर्यंत गोळी सुटली होती."

"फॅण्टॅस्टिक!"

"फॅण्टस्टिक यात वादच नाही– ते तुम्हा आम्हाला. सरकारला नाही. न्यायालयीन चौकशीचा फार्स झाला. त्यापूर्वी डिपार्टमेंटल इन्क्वायरी. दीड वर्ष तमाशा चालला होता. पण शेवटी बाबा सगळ्यातून सुटले."

"सुटायलाच हवे होते. त्यांच्यात गीतेवरच्या श्रद्धेनुसार 'मामनुस्मर, युध्य च' या तत्त्वानुसार हेच व्हायला हवं होतं."

"तेही पुन्हा तुमच्या-आमच्या दृष्टिकोनातून! सरकारी करणं वेगळी असतात."

"म्हणजे?"

"ती जी विशिष्ट जमात होती, त्या जमातीतल्या माणसांनी 'समाजातली एक घाण नाहीशी केली गेली, चौकशी करू नये,' अशा आशयाचं पत्र, एक हजार नागरिकांच्या सह्यांसहित गृहमंत्र्यांना पाठवलं. आपल्याच देशात राहून एका विशिष्ट जमातीसमोर लाचार होणारं सरकार इथंही वाकलं आणि त्या जमातीच्या भावना दुखवायच्या नाहीत, म्हणून चौकशी थांबली. कौतुक बाबांचंच वाटतं. 'मी मारणारा नव्हे, तू मरणारा नव्हेस,' अशाच रुबाबात ते वावरत होते."

"ग्रेट!"

"तुमची तेव्हाच खरी त्यांच्याशी ओळख व्हायला हवी होती."

"त्यालाही योग लागतात."

"खरं आहे," असं म्हणत सतीश गप्प झाला.

तेवढ्यात ती, जिला एअर-होस्टेसच केलेलं असतं, म्हणून सुंदर म्हणायचं असतं, ती सुंदरी आली. निर्विकारपणे आमच्यासमोरची घडीची टेबलं उघडताना

तिच्या चेहऱ्यावर 'गिळा' असा भाव होता. नंतर तिनं 'ऑक्सिजन'चं वर्णन जसं करतात, तसा 'टेस्टलेस, कलरलेस, ओडरलेस' कडबा समोर आणून ठेवला आणि पावसाळ्याचं साठवलेलं तांबडं पाणी चहा म्हणून दिलं. समोर ब्रेकफास्ट या नावानं जे पदार्थ ठेवलेले असतात, ते बाहेर फेकू नयेत, म्हणूनच विमानांना खिडक्या नसतात.

कडबा चावत चावत मी विचारलं,

''आता मग असं का व्हावं?

''त्या सगळ्या प्रकारचा संबंध बाबांनी शरदकाकांच्या आजाराशी जोडायला नको होता.''

''म्हणजे?''

''ते सांगायचं राह्यलंच. शरदकाकाची डोकेदुखी पराकोटीला पोहोचली. तो तळमळायला लागला. मग त्याला टेंपरेचर आलं. आईनं नंतर तीन वेळा फोन केला. बाबा फोनवर मिळणं अशक्यच होतं. शेवटी शरदकाकाला के.ई.एम.मध्ये दाखल केलं. सुडक्याची दंगल, त्याचा मृत्यू, रिपोर्ट, पंचनामा, पोस्टमॉर्टेम– या सगळ्या भानगडी निस्तरून बाबा दुसऱ्या दिवशी पहाटे साडेचारला घरी आले. पण शरदकाकानं रात्री एक वाजताच इथली यात्रा संपवली होती.''

''माय गुडनेस! साधी डोकेदुखी...''

''केसपेपरवर आणि कॉज ऑफ डेथसमोर लिहिलं होतं : 'सेरेब्रल हॅमरेज.' ''

डोकं सुन्न झालं होतं. एअर-होस्टेसनं समोरचे ट्रे नेले कधी हेही समजलं नाही. नंतर काय झालं, या स्वरूपाचा प्रश्न मी विचारला नाही. सतीशच आपण होऊन सांगू लागला.

''आमच्या सगळ्या फॅमिलीत तेव्हा बाबांचा बॅलन्स, मानसिक शांतता या दोन्ही गोष्टी बघण्यासारख्या, विचार करण्यासारख्या होत्या. ते शांत होते. प्रत्येकाचं सांत्वन करीत होते. व्यवस्थित कामावर जात होते. दुःखाचा कडेलोट किंवा स्वर्गसुखाचा वर्षाव, दोन्ही प्रसंगी स्थिर पायावर उभ्या राहणाऱ्या माणसाची मुक्तावस्था हीच किती सुखद अवस्था असेल, नाही काका?''

''वादच नाही, पण मग आता...''

''दॅट इज द ग्रेटेस्ट पझल. म्हणूनच खूप वाईट वाटतं. औषधानं ते बरे होणारे नाहीत, याचंच फार शल्य आहे.''

''उपायच नाही असं होणार नाही, सतीश.''

''काका, त्यांना आता वेळीअवेळी, 'दिवेकरसाब, गोली मत चलाव, मुझे तुम्हारा भाई समझो' हे ओरडणारा सुडक्या दिसतो. सुडक्याची हत्या आणि

शरदकाकाचा मृत्यू याची आता बाबा एकत्र सांगड घालतात. 'मी कायदा हातात घेतला. सुडक्याचा मी खून केला. शरदला मी मारलं...' असंच बडबडतात. आता गीताही आठवत नाही आणि ज्ञानेश्वरीचा उपयोग होत नाही. रोज तीन तास पठण चालू असतं. पण सुडक्या अचानक दिसला, की वाचन थांबवतात आणि घरातल्या घरातच कुठंतरी लपून बसतात. सांगा, याच्यावर काय इलाज? कोणतं औषध?''

मी भानावर आलो. समोर एक गोरापान हात आणि त्या हातात एक ऑटोग्राफ बुक.

''सही देणार का?''

''कार्यक्रम ऐकायच्या अगोदरच?''

''हो.''

''म्हणजे कार्यक्रम नाही आवडला, तर सहीचा कागद फाडून टाकणार ना?''

''न आवडणारे कार्यक्रम आमच्या पपांची कमिटी कधी ठरवतच नाही.'' तिचं कौतुक करीत मी तिला सही दिली.

कार्यक्रम संपवून मी आणि कार्लेकरांची फॅमिली घरी आलो. वहिनींनी झटपट स्वयंपाक केला. हसतखेळत जेवणं झाली.

घरातलं सगळं आटोपून वहिनी आमच्या गप्पागोष्टींत सामील झाल्या.

कार्लेकरांच्या घरातही पूजाअर्चा, सकाळ-संध्याकाळ आरती-प्रसाद, इत्यादी गोष्टीचं अधिष्ठान दिसलं, पण ते सगळं डिपार्टमेंट वहिनींकडे होतं.

''तुम्ही आस्तिक, की नास्तिक?'' मी कार्लेकरांना गमतीनं प्रश्न विचारला.

''माझ्याकडे पाह्यल्यावर आणि अर्धा दिवस माझ्या कुटुंबात राह्यल्यावर तुम्हाला काय वाटलं?''

''एका तृप्त माणसाची वास्तू आहे, असं वाटलं. वास्तविक तुमचं पोलीस खातं, म्हणजे तामसी खातं. पण त्यात आयुष्य घालवूनही तुम्ही शांत, स्वस्थ वाटता. अर्थात हा अंदाज. नवरा कसा आहे, हे पत्नीनं सांगावं आणि पत्नी कशी आहे, हे स्वामींनी सांगावं. तेही मोकळेपणी!''

इशाऱ्याचीच वाट बघत थांबावं, त्याप्रमाणे वहिनी म्हणाल्या,

''तुमचं ऑब्झर्वेशन बरोबर आहे. अर्थात हे सांगायची गरजच नाही म्हणा; त्याशिवाय तुम्ही एवढं लेखन केलं नसतंत. आम्ही खूप सुखात आहोत, असं मुद्दाम सांगावंच लागत नाही. वेगवेगळ्या मुखवट्यांचा आधार फक्त दुःखाला शोधावा लागतो. सुख, शांती, समाधान या स्वयंप्रकाशित गोष्टी असतात. तृप्त माणसाला नैराश्याचा आव आणताच येत नाही. समृद्धी आणि वैभवाची

लोकमान्य झालेली व्याख्या तुम्हाला इथं लावता येणार नाही, म्हणून आम्हाला तृप्त का वाटतं, हेही मला नीट सांगता येणार नाही. कारण...''

''वहिनी, कारण सांगूच नका, सगळी गंमत निघून जाईल. पृथक्करणाच्या पलीकडे काही आनंद असावेत.''

काही वेळ आम्ही सगळेच गप्प होतो.

मी मधेच वहिनींना विचारलं,

''तुम्ही नोकरी करता?''

''म्हटलं तर हो; म्हटलं तर नाही.''

''मग काय म्हणू?''

मधेच कार्लेकर म्हणाले,

''मी सांगतो, तिनं नोकरी केली... म्हणजे अजून करते आहे.''

''आलं लक्षात. नोकरी म्हणजे संसार...''

''जवळजवळ तसंच, पण तिचं तिलाच काय ते सांगू दे. मी रांगडा माणूस आहे. माझ्याकडे बोलण्याचं कसब नाही. ती बोलते छान, कारण वाचते खूप. तेव्हा मिसेस कार्लेकर...''

वहिनी इतक्या छान हसल्या, की कार्लेकरांनी वाक्य पूर्ण केलं नाही. मग मीच विचारलं,

''सांगा आता.''

''तुम्ही विचारा, मी सांगेन.''

''मी एकच मोठा प्रश्न विचारतो. किंवा मोठं उत्तर द्यावं लागेल, असा छोटा प्रश्न विचारतो. आतापर्यंतचं सगळं आयुष्य कसं वाटलं? म्हणजे हेच आयुष्य पुन्हा जगायला आवडेल का?''

''मी जर या प्रश्नाचं उत्तर 'हो, हेच जगायला आवडेल,' असं उत्तर दिलं, तर मला काही ॲंबिशनच नाही, असं तुम्ही म्हणणार नाही ना?''

मी हसून म्हणालो,

''मुळीच नाही, कारण अशी शंका येणाऱ्या व्यक्तीची ॲंबिशनची व्याख्या वेगळी असते.''

वहिनी गप्प झाल्या. कार्लेकर 'आलोच' म्हणून निघून गेले. वहिनी संथ लयीत सांगू लागल्या.

''माझी ॲंबिशन अगदी छोटी होती. आणि ती मी पुरी केली आहे, असं मी जाणिवेनं म्हणते. एखादं काम यशस्वी झालं की नाही, हे ओळखण्याची माझी सोपी रीत आहे. आपला आपल्याला आतून आनंद आणि धीर मिळाला, की मला कृतकार्य वाटतं. मग मी इतरांना, त्यांना काय वाटलं, हे विचारायला

जातच नाही.''
''इथपर्यंत पटलं. आता अँबिशन सांगा.''
''आपल्यावर सोपवलेलं काम, स्वत:च्या हिमतीवर, शक्यतो कुणाचीही मदत न घेता अत्यंत चोखपणे पार पाडायचं, हीच माझी अँबिशन. माझा हा संसार, याच जोडीदाराबरोबर, त्याच्या नातेवाइकांसकट मी पहिल्यापासून करायला तयार आहे; यात सगळं आलं, असं मी समजते.''
''आय बिलीव्ह धिस. पण तरीही तुम्ही संसारासाठी काय काय केलंत, ते सांगा.''
''संसारासाठी मुळातच काही प्रचंड प्रमाणावर करायचं असतं, हा विचारच मी मनाला शिवू दिला नाही. पूर्वीच्या बायकांची 'रांधा, वाढा, उष्टी काढा' ही संसाराची ढोबळ व्याख्या मला पाठच होती. मी आयुष्यभर तीच कामं केली, पण आदळआपट न करता केली. आनंदानं केली. जीव ओतून केली. कंटाळा आला तेव्हा सरळ 'कंटाळा आला आहे' असं जाहीर करून, संसारात अधूनमधून दांड्याही मारल्या. हाफ डे घेऊन सिनेमे पाहिले; तर अनेकदा चक्क पुस्तकं वाचत लोळून दिवस काढले.''
''वा, बहोत अच्छे! चक्क नोकरीवाल्या माणसाप्रमाणे सगळं सांगताय.''
वहिनी हुरूपानं म्हणाल्या,
''संसार नोकरीसारखाच केला मी. पाच-पाच, सहा-सहा डिपार्टमेंट्स माझ्या हाताखाली होती आणि आहेतही.''
मी गमतीनं हसलो. 'सांगा' म्हणायची गरज उरली नाही. त्या सांगू लागल्या:
''पहिलं हजबंड डिपार्टमेंट. मग किचन सेक्शन, रिलेटिव्ह्ज ब्रँच, गेस्ट्स वेटिंग रूम, चिल्ड्रेन बोर्ड रूम, मित्रमैत्रिणींची कॉन्फरन्स रूम, असे ऑफिसेससारखेच विभाग केले.''
''मुख्य खोली राहिली.''
''बेडरूम ना? तिला रिटायरिंग रूम म्हणायचं. मोठमोठ्या ऑफिसर्ससाठीच या अशा सोयी असतात.''
''घराला ऑफिस समजण्याचं कारण काय?''
''घरातच आहोत, असं म्हटलं, की आपण खूप सवलती घेतो. या सवलती तुम्हाला वेळेचा अपव्यय कसा करायचा, हे शिकवतात. तुमचा आळस वाढवतात. स्वास्थ्याची चटक वाढवतात. केवळ तेवढ्यासाठी आणि तेवढ्यापुरतंच मी घराला ऑफिस मानू लागले. ऑफिसात स्वत:ची कामं स्वत:ला करावी लागतात. त्याप्रमाणे मी घरी दंडक घालून घेतले. स्वयंपाक म्हटलं की, त्याचा प्रारंभ धान्य आणि भाजीपाला आणण्यापासून होतो. खरेदी, हिशेब, बाजारहाट, सिलिंडरपासून रॉकेलपर्यंतचं इंधन– सगळी जबाबदारी

माझी. वपु, तुमचा विश्वास बसणार नाही कदाचित, पण नुसता जळलेला बल्ब बदलणं, इतकंच काय, फ्यूज गेला, तर तोही मला बदलता येतो.''
''रिअली?''
''गळणाऱ्या नळाचा वॉशरसुद्धा!''
''काय, सांगता काय? तुम्ही हे सगळं शिकलात कधी?''
प्रसन्नतेनं मान हलवीत त्या म्हणाल्या,
''घराला एवढ्याच बाबतीत घर म्हणायचं नाही. ते ऑफिस मानलं, की एव्हरीथिंग कम्स अंडर ऑफिस-ड्यूटी. आणि दुसरं असं, की आपल्यालाच सगळं येत असलं, की इतरांचा आवाज आपोआप खाली येतो. पण तरीही, दुसऱ्याची जिरवण्याची संसारात भाषाच नसावी. स्वत:चं काही अडू नये, एवढ्यापुरताच खटाटोप असावा.''
''मान्य आहे, पण हे सगळं शिकायला वेळ कधी मिळाला?''
''गणितानं दिला.''
''म्हणजे?''
''मी पहाटे साडेपाचला उठायचा परिपाठ ठेवला. अंघोळ, देवपूजा-सातपर्यंत आटपायचं. नंतरच्या अडीच तासांत स्वयंपाक. चार तास ड्यूटी झाली. मग संपूर्ण दुपार रिकामी. तेव्हा काहीही करायचं. साडेपाचपर्यंत किचन सेक्शनकडे फिरकायचं नाही. साडेपाच ते रात्री साडेनऊ पुन्हा ऑफिस ड्यूटी. जी सवय मला लागली, तीच मी मुलांना लावली. गणितावर प्रेम करायला शिकवलं.''
''त्यांनी ते उचललं, हे विशेष!''
''गणित येत नसलं की त्याची भीती वाटते. मग घड्याळाचीही दहशत वाटते. कारण काळवेळाचं भान म्हणजेच गणित! पण आकडेमोडीतली गंमत कळायला लागली की गणित हा खेळ होतो. माझ्या मुलांना मी आयुष्य खेळायचं कसं हे पटवलं. साडेपाच ते सात अंघोळ, ब्रेकफास्ट वगैरे. सात ते साडेनऊ अभ्यास. साडेनऊ ते दहा नुसतं खेळणं किंवा चक्क टिवल्याबावल्या करणं. मग शांतपणे जेवण. संध्याकाळी ग्राउंडवर जाऊन ढोपरं फोडून घेतलीच पाहिजेत. संध्याकाळी पुन्हा अंघोळ. सात ते साडेआठ अभ्यास. मग जेवण. अर्धा तास गप्पागोष्टी. साडेनऊला गुडनाईट. लहानपणचं हे वेळापत्रक मुलांनी कॉलेजपर्यंत सांभाळलं. संसारात आणि घरात मी नवऱ्याला डोकावू दिलं नाही. त्यांना एकूणएक सवलती दिल्या. मुलांना आणि मला 'नो कन्सेशन्स.' ''
वहिनींनी डौलात सांगितलं.
''त्याचं कारण?''
''साहेबांच्या नोकरीला काळवेळाचं शेड्यूलच नव्हतं. म्हणूनच अनियमित

वेळापत्रकाच्या माणसाला सांभाळायचं असेल, तर कुटुंबातल्या इतर माणसांना काटेकोर दिनचर्या हवी. त्यांना बंधन नाही, कारण ते मुळातच फार वेगळ्या आणि मोठ्या बंधनात आहेत.''

''म्हणजे?''

''एकेका शहराची जबाबदारी त्यांच्या डोक्यावर होती. लाखो घरं सांभाळायची. म्हणूनच त्यांचं स्वतःचं घर संपूर्णपणे मी सांभाळायचं ठरवलं. जाब न विचारणारी एक जागा प्रत्येक कर्तबगार व्यक्तीला हवी असते. तसं घर मीच त्यांना देणं लागते.''

''कार्लेकरांनी कमिशनर म्हणून किती वर्षं काम पाह्यलं?''

''नऊ वर्षं.''

''त्यातली नागपूरमध्ये किती?''

''शेवटची चार.''

''ह्याच जागेत?''

''हो. आणि ह्याच पद्धतीनं!''

''आणखी एखादी मोठी जागा का पाह्यली नाही?''

''परवडली नाही.''

माझा चेहरा थोडा बदलला असावा. तो कोणत्या विचारापायी बदलला असावा, हे त्या चाणाक्ष बाईनं ओळखलं. त्या बाईनं संथ लयीतच, पण थोड्या धारदार आवाजात म्हटलं.

''वास्तू तृप्त वाटते, असं तुम्ही म्हणालात मघाशी, आठवतं?''

''ऑफकोर्स.''

''आता त्यामागचं कारण मी सांगते. गृहस्थधर्म स्वीकारलेला कुटुंबवत्सल माणूस, त्याच्या प्राप्तीत जसं जगू शकतो, तसंच कार्लेकरांचं हे कुटुंब जगलेलं आहे.''

''माझ्या लक्षात आलं नाही.''

''युनिफॉर्म आणि खुर्ची या दोन्ही जाणाऱ्या गोष्टी. कायम न टिकणाऱ्या.''

''अगदी बरोबर.''

''म्हणूनच या दोन गोष्टींचा वापर, वापर म्हणण्यापेक्षा गैरवापर करून, त्याच्या आधारानं मिळणारी एकही वस्तू या वास्तूत आलेली नाही. कमिशनरच्या पदापर्यंत पोहोचूनही आमच्या घरात फोन नाही; पण परिचयाच्या पंचवीस घरांतले फोन आमचेच आहेत. सेवानिवृत्तीनंतर अनेकांची अवस्था बघवत नाही. कुत्रं विचारीत नाही नंतर. पण कार्लेकरांना मान आहे, पूर्वीइतकाच! कारण ते अधिकारपदावर असताना सोसायटीनं त्यांना जेव्हा जेव्हा सलाम केला, तेव्हा

तेव्हा तो खुर्चीला नव्हता आणि युनिफॉर्मलाही नव्हता. ती मानवंदना मिळायची, ती युनिफॉर्ममधल्या आतल्या माणसाला! कार्लेकरांनी खुर्चीचा आणि युनिफॉर्मचा उपयोग फक्त दरारा बसवण्यासाठी, कायद्यासाठी केला. हे घर शांत आहे, तृप्त आहे, प्रसन्न आहे. वाममार्गानं पैसा मिळवायला कधीकधी आम्ही बायकाच नवऱ्यांना भरीस पाडतो. ऐशआरामाचा आम्हाला प्रथम मोह होता, तो स्पर्धेमधून! नथिंग एल्स.''

''कसली स्पर्धा?''

''शेजारपाजारची घरं पाहून मी प्रथम स्पर्धेचा विषय, विचार काढून टाकला. कष्टाचे पैसे खर्च करून मिळवलेल्या गोष्टींचा आनंद अमाप आहे. मी तृप्त आहे. कार्लेकरांचं माहीत नाही.''

''हात्तिच्या, त्यांना बोलवू की आत्ता?''

''तुम्ही आता गप्पा करा. मी झोपणार. साडेनऊ वाजले.''

वेळापत्रकाप्रमाणे वहिनी आपण होऊन गेल्या. मी तिथंच बसून राह्यलो. रंगलेल्या गप्पा संपल्या, की त्या गप्पा पुन्हा स्वत:शी आठवून दुसरी मैफल सुरू करण्यात आणखी एक आनंद असतो. गप्पा चालू असताना शब्दाधीन असलेला आनंद मिळवायचा असतो, तर नंतरच्या स्वगत मैफलीत शब्दातीत आनंद शोधायचा असतो. पहिल्या मैफलीत नाद असतो तर दुसऱ्यात गंध! त्या मैफलीतून जाग आली, ती कार्लेकरांच्या हाकेनं. मी त्यांच्या खोलीत गेलो आणि माझी नजरबंदीच झाली.

समोर आर्टगॅलरी मांडलेली होती. एकापेक्षा एक वरचढ अशी तैलरंगांतली ती निसर्गदृश्यं पाहून मी मुग्ध झालो. भारावून गेलो आणि तितकाच बैचेनही! निसर्ग-देखाव्यांत कायम हरवलेल्या माझ्या वडिलांची आठवण येऊन कासावीस झालो. स्वत:भोवती प्रदक्षिणा घालीत भिंतीवर ठिकठिकाणी लावलेली ती पेंटिंग्ज पाहात मी कार्लेकरांना विचारलं,

''कुणी काढली?''

''मीच!'' ते शांतपणे म्हणाले.

''काय, सांगता काय?''

ते नुसते हसले.

''हा छंद केव्हापासूनचा?''

''लहानपणापासूनचा! मधे काही वर्षं वेळ मिळाला नाही. रिटायर झालो... मग पुन्हा प्रारंभ केला. जमल्यासारखी वाटतात का?''

''असं का विचारता? अलौकिक आहेत.''

''तुमचा अभिप्राय खरा मानायला हरकत नाही ना? स्पष्ट सांगा.''

“तोंडदेखलं बोलायचं कारणच नाही.”
कार्लेकर समाधानानं हसले.
“तुम्ही नेपथ्यकारांचे चिरंजीव.”
“हो. पण आम्हाला हातात ब्रश धरता आला नाही. खंत वाटते.”
“काही कारण नाही. तुमचा ब्रश वेगळा आहे. तुम्ही रंगही वेगळे वापरलेत. तुमच्या वडिलांचे पडदे मी पाह्यले आहेत. त्यांनाच गुरू मानलं आणि एकलव्यासारखा शिकलो.”
पुढचे शब्द मला ऐकूच आले नाहीत. समोर केलेली रंगांची उधळण. मी त्यात गुरफटलो होतो. चित्राचित्रांत माझ्या वडिलांनाच अनुभवत होतो.
कार्लेकरांनी काहीतरी विचारलं.
“अंऽऽ?”
“चित्रं खरंच जमली आहेत का?”
“खरंच अफलातून आहेत. मनापासून आवडली. शब्द नाहीत.”
तरी कार्लेकरांचं समाधान झालं नाही.
“मी वरवरचं बोलतोय, असं वाटतंय का?”
“नाही, तसं नाही पण... मला, का, कुणास ठाऊक, पग प्रत्येक चित्रात काहीतरी राहून गेल्यासारखं वाटतंय. अजून काहीतरी कमी पडतंय, उणेपणा वाटतो.”
“मुळीच नाही.”
“आहे... आहे... काहीतरी कमी असल्याची जाणीव छळतेय. आय ॲम नॉट हॅपी. प्रत्येकजण खूश होतो. ‘वन मॅन शो करा.’ म्हणतो, पण नाही. ते काही खरं नाही.”
“तुम्हाला असा कधी फील येत नाही का?”
“कसा?”
“मनासारखी कथा लिहूनही काहीतरी निसटलंय, निसटतंय– असा फील?”
उत्तर न देता मी त्यांना विचारलं,
“पूर्वायुष्यातली एखादी घटना तुमच्या मनात रेंगाळतेय का?”
“म्हणजे कशी?”
“वेगळं काहीतरी घडायला हवं होतं; पण तसं घडलं नाही.”
कार्लेकर गप्प झाले. समोरच्या खुर्चीवर बसले. मग अस्वस्थ होऊन खिडकीजवळ गेले. बाहेर बघत राह्यले. मग माझ्याकडे वळून म्हणाले,
“त्या घटनेशी संबंध असेलही, नसेलही.” असं म्हणत ते पुन्हा खिडकीजवळ गेले. अनेक वर्षांपूर्वीचा इतिहास समोर पाहताहेत, असे उभे राहिले. माझं

अस्तित्व विसरले. मीही जणू एक चित्र झालो होतो.

केव्हातरी भानावर येत ते म्हणाले,

"सॉरी."

"इट्स ऑल राईट."

"झोप आली असेल, तर सांगा. उद्या सकाळची फ्लाईट आहे, लवकर उठावं लागणार आहे. तेव्हा..."

"तुम्ही बोला ना!"

"आय ॲम नॉट यट सर्टन."

"तरी बोला. टेक इट ॲज अ लाउड थिंकिंग. प्लीज..."

कार्लेकर म्हणाले,

"कायदा हातात घेतला नाही, याचं शल्य आहे. खूप खोलवर गाडलेली घटना आहे. पण प्रत्येक चित्र काढताना केव्हातरी डोकं वर काढते."

मी पहिल्याच वाक्यानं उडालो होतो. कार्लेकरांचं लक्ष नव्हतं, म्हणून सुटलो. मी लगेच म्हणालो,

"बोलून मोकळे व्हा, पुढचं लॅण्डस्केप वेगळं होईल, आपोआप!"

"मी तेव्हा जळगावला होतो. इन्स्पेक्टर होतो. तिथं एका मवाल्यानं असंच थैमान घातलं होतं. तो दिवसाढवळ्या हातात नागवी तलवार घेऊन हिंडायचा. त्यानं एक-दोघांवर वार केले होते. तुरुंगात जाऊन, शिक्षा भोगून आला होता. पुन्हा त्याचं नंतर पहिल्यासारखं भटकणं सुरू झालं होतं. पोलिसांना आगाऊ बातमी देणारे काही खबरे असतात. खबर मिळाली. मी जीप घेऊन निघालो. ठरलेल्या ठिकाणी दबा धरून बसलो. तो जवळ आला. आमच्या हवालदारानं त्याला मागून मिठी मारली. त्याला पकडायला वेळ मुळीच लागला नाही. मी हातकड्या चढवल्या. त्याला पोलीस ठाण्यावर आणलं आणि लॉकअपमध्ये टाकताना काय घडलं नक्की, ते कळलंच नाही. तो निसटला; पण बाहेर पळून जायच्याऐवजी तो ऑफिसात घुसला आणि त्यानं माझ्या टेबलावरची त्याची तलवार उचलली. तोपर्यंत त्या पहिल्याच हवालदारानं त्याला पकडला. पाठीमागून मिठी मारली असती, तर प्रश्न नव्हता. त्यानं पुढून पकडलं आणि गणेशनं त्याच्या पाठीवर तलवार चालवली."

"त्या गुंडाचं नाव गणेश?"

"हां, तर तिथं चुकलं. वार करून तो पळणार, तर दुसऱ्या हवालदारानं त्याला धरलं. तोपर्यंत तो पहिला चवताळलाच होता. नशिबानं त्याला निसटता वार लागला होता. पुढचा प्रसंग कसा घडला, अजून कळत नाही. आमच्या जखमी हवालदारानं गणेशची तलवार मिळवली आणि चौकीतच गणेशवर चार-पाच

वार केले. चौकीभर रक्ताचं थारोळं! त्या वेळेला मी एक चूक केली...''
कार्लेकर थांबले. मी काही विचारलं नाही; पण माझ्या चेहऱ्यानंच प्रश्न विचारला होता. त्यांनी सुरुवात केली,
''पोलीस स्टेशनवरच्या प्रत्येक माणसानं सांगितलं. हीच वेळ आहे. गणेशचे दोन्ही हात छाटून टाका. मी तसं करू दिलं नाही. कायदा हातात घ्यायचा नाही.''
''मग?''
''गणेश त्यातूनही वाचला. चांगला बरा झाला आणि सहा वर्षं खडी फोडायला गेला. माझी जळगावहून नाशिकला बदली झाली आणि चार वर्षांनी पुन्हा जळगावला पोस्टिंग झालं. त्याच वेळेला गणेश तुरुंगातून सुटला आणि दुर्दैवाचा भाग म्हणजे त्यानं एकाच रात्रीत तीन वेगवेगळ्या एरियातल्या फुटपाथवर झोपलेल्या माणसांना कापून काढलं. तेव्हापासून खंत आहे, त्या दिवशी कायदा हातात घेतला असता, तर तीन निरपराध जीव वाचले असते. तीन घरांवर आकाशाची कुऱ्हाड कोसळली नसती.''
जरा वेळ थांबून ते म्हणाले,
''उभ्या आयुष्यात ही एकच खंत. ती पिच्छा सोडत नाही. आपलं आयुष्य, आपणच त्याचे साक्षी होऊन बघायचं असतं, हा धडा मी पोलीस खात्यात गेलो तेव्हा घेतला. ॲण्टीकरप्शन खात्याचा कमिशनर झालो. माझ्याच खात्यातले इन्स्पेक्टर मी प्रथम पकडले. वरिष्ठ अधिकारी खवळले. 'कुऱ्हाडीचा दांडा गोतास काळ' म्हणायला लागले. 'मी प्रथम माझ्याच घरातली कोळिष्टकं साफ करायला घेतली आहेत,' असं मी सांगितलेलं कुणी मानलं नाही. नोकरीतून एक्स्टेन्शन मिळालं नाही. इथंच मी जिंकल्याचं मला समाधान मिळालं. पण जी तीन घरं उद्ध्वस्त झाली, ती माझ्यामुळेच का? या प्रश्नाकडे मी आजतागायत निव्वळ साक्षी म्हणून दूर राहू शकलो नाही. हुरहूर कायम आहे. इतकी चित्रं काढली, पण अपुरेपणाची खंत संपत नाही. तुम्ही कथा लिहिता, लिहिल्यात, तुम्हाला हे असं होतं का?''
बराच वेळ मी गप्प राह्यलो.
माझ्याजवळ उत्तर नव्हतं. पण त्या क्षणी एक कल्पना मनात आली. वहिनींकडे याचं उत्तर मिळेल. केवळ कार्लेकरांनाच नाही, तर माझ्यासहित सगळ्या कलावंतांना; आणि हू नोज? दिवेकरांनाही!
''वहिनींना उठवू या का?''
घड्याळाकडे पाहात कार्लेकर म्हणाले,
''नको, तिचं वेळापत्रक सांभाळायला हवं.''

■

वपु८५

अस्ताई

समोर चिता धडाडून पेटली होती. ज्वाळा वरवर चढत होत्या. स्मशानातच काम करणाऱ्या कर्मचाऱ्यांच्या चेहऱ्यांवर चिता व्यवस्थित पेटल्याचं समाधान दिसत होतं. गुरुजी मोकळे झाले होते. एका धोतराच्या फडक्यात त्यांचं काही ना काही गुंडाळणं चाललं होतं. हातातल्या ऐवजासहित ते त्याच्याजवळ आले आणि म्हणाले,

''अस्थी गोळा करायला सकाळी पाठवा कुणाला तरी.''

त्यानं नुसतं गुरुजींकडे पाह्यलं.

कार्यभाग संपल्याप्रमाणे गुरुजी पाठ फिरवून चालू लागले. स्मशानाच्या एका कोपऱ्यात एक सतत वाहणारा नळ होता. त्या धारेखाली पाय ओले करून गुरुजींनी स्मशान सोडलं.

चितेतून 'चट् चट्' आवाज येत होते. कशाचे, ते समजत नव्हतं. तसं खरं तर काहीच समजत नव्हतं. समोर काहीतरी घडत होतं. खरं तर बिघडत होतं. झपाट्यानं नाहीसं होत होतं. काहीतरी खोलवर चरत जात होतं आणि तरीही रक्ताचा टिपूस येत नव्हता.

त्यानं इतक्यातच सगळं क्रियाकर्मांतर केलं होतं. अर्थ न समजता! हे का करायचं, असं न विचारता! हातून घडणारी कृती पटणं, अथवा न पटणं ही प्रक्रिया, बुद्धी काम करत असेल, तरच संभवते. एरव्ही ती निव्वळ हालचाल ठरते. प्रवीणाची नजर थिजत जाताना त्यानं पाह्यली, तेव्हापासूनच त्याची बुद्धी, विचारशक्ती, संवेदना थिजून गेली होती. त्याच भ्रमिष्टावस्थेत भटजींनी त्याच्याकडून सगळी क्रिया करवून घेतली होती.

भिजवलेल्या कणकीचे गोळे प्रवीणाच्या कपाळावर, खांद्यांवर ठेवताना तो

काहीसा भानावर आला होता. तो प्रकार त्याला काहीसा ओंगळ वाटला. हे सगळं काय चाललं आहे, का करायचं, असं त्याला विचारावंसं वाटलं, पण तोपर्यंत ती कृती संपलेली होती.
कुणीतरी खांद्यावर हात ठेवला.
त्यानं वळून पाहिलं. ओळख पटली नाही. स्मशानात पाय ठेवल्यापासून हे असंच होतंय. सगळ्यांचे चेहरे नाहीसे झाले आहेत. सगळं अनोळखी! एकाच गोष्टीला इथं नाव आहे :
अग्नी!
एकाच अवस्थेला अर्थ आहे :
सर्वनाश!
सर्वनाश खरा. धडाडणाऱ्या ज्वाळा खऱ्या. लाल, नारिंगी, केशरी हे रंग खरे. फक्त त्यांना ओळख आहे.
तो ओशाळवाणं म्हणाला,
"मी द्रविड. ओळखलंत? चारच महिने तुमच्या शाळेत होतो. मला आत्ता समजलं. तस्साच आलो. मी द्रविड."
त्याला तरी ते समजलं नाही. हा म्हणतो, मी द्रविड. याचा अर्थ काय? तीन व्यंजनं एकत्र आली. हा द्रविड झाला. हा उभा आहे, तोवर द्रविड. आडवा होईल, तेव्हा हा म्हणजे एक प्रेत.
मंत्र सगळे तेच. शब्दही तेच. "श्रुति, स्मृति, पुराणोक्त..." एक शब्द फवत वेगळा.
"प्रेतसंस्कार करिष्यामि."

द्रविड बोलतच होता.
"वाईट झालं. भयानक, चहा अप्रतिम करायच्या. एकदाच घेतला होता. दहा रुपये उसने मागायला आलो होतो, तेव्हा!"
बोलता बोलता द्रविडनं खिशातून नोट काढली. बळेबळे त्याच्या संवेदनाशून्य हातात कोंबली आणि तो बाजूला झाला.

द्रविड घोळक्यात सामील झाला. द्रविडच्या निव्वळ हातवाऱ्यांवरून, आपण बातमी समजताच हातातलं काम टाकून कसे आलो हेच तो सांगत असावा, हे त्यानं ओळखलं. ऐकणाऱ्यांपैकी एकानं घड्याळ पाहिलं. त्याला कुठंतरी तातडीच्या कामासाठी जायचं असावं. स्मशानात आल्यावर कोणत्या क्षणी निघालेलं बरं दिसेल, याचाच तो विचार करीत असावा.

कुणीतरी त्याच्याकडे बोट केलं, तसा तो निघाला. जवळ आला. स्मशानाच्या सेटिंगला साजेसा घोगरा, बसकट आवाज काढीत तो म्हणाला, ''निघतो.'' त्यानं मान हलवली. तेवढ्यात त्याला काही सुचलं असावं. त्याच आवाजात तो म्हणाला,

''तुम्हीच आता ताठ उभं राहायला हवं. तुमच्या मुलींकडे पाहून...''

त्याचं छापील वाक्य पुरं व्हायच्या आत तो म्हणाला,

''तुम्ही निघा.''

प्रत्येकाला काम होतं. द्रविडला काम होतं, तरी तो आला. आणि कुणीतरी एक प्रथमपासून आला होता, तो कामाची वेळ होताच गेला.

प्रवीणाला फक्त काम नव्हतं.

संसार नव्हता.

ती गेली.

एवढ्यात तर त्यानं सगळे अंत्यविधीचे संस्कार केले. अर्थ न समजता, मन हरवलेलं असताना.

नेमकं हेच त्याला पटलेलं नव्हतं. मानसपूजेला सर्वश्रेष्ठ पूजा मानली जाते. साधनांवर ती अवलंबून राहात नाही म्हणून ती श्रेष्ठ आणि इथं आता फक्त साधनं होती. मन कुठे होतं?

तो कुणाशी तरी भांडला होता.

घरात पूजा होती. शेजारी प्रवीणा नऊवारीत होती. त्या क्षणी त्याला ती फार वेगळी भासली. घरात एरव्ही आसपास वावरणारी व्यक्ती आपली पत्नी असली, तरी ती मुलांची आईच जास्त असते. होमहवन, पूजाअर्चा या वेळी जेव्हा ती शेजारी येऊन बसते, त्या वेळेला मात्र ती फक्त स्वत:ची पत्नी असते. 'हाताला हात लावा, मम म्हणा' या आदेशासरशी अंगावर शहारा उठवण्याची तिची शक्ती कायम असते. धार्मिक विधी पार पाडल्यानंतर मनाला जी टवटवी येते, ती विधीमुळे, की पत्नीच्या कोऱ्या स्पर्शामुळे?

पूजेत काहीतरी कमी होतं. भटजी म्हणाले होते,

''हरकत नाही, अक्षता चालतील.''

तो तेव्हा मनात हसला. भाबडा देव गप्प बसतो. म्हणे, अक्षता चालतील. माणसं आपल्या सगळ्या गरजा अक्षतांवर भागवतील का? प्रवीणाच्या स्पर्शाऐवजी अक्षता चालतील?

पूजा संपल्यावर तो चिडून म्हणाला,

''आपला धर्म भोंगळ आहे.''

''म्हणजे कसा?''

“कुणीही थपडा माराव्यात, असा!”
“भोंगळचा अर्थ...”
“भयानक सवलती असलेला. देवळात गेलात, तरी चाल्तं. नाही गेलात, तरी फारसं बिघडत नाही. उपास करा, चालतं. मोडला तरी चिंता नाही. म्हणूनच अध्यामध्यात नसलेलं देऊळ राज्यकर्ते पाडून टाकतात आणि भरवस्तीत ट्रॅफिकच्या मध्यभागी मशीद म्हशीसारखी ऐसपैस जागा अडवून बसते. पूजेला बसलं की फार जाणवतं. सगळं अक्षतांवर भागवतात.”
गुरुजी म्हणाले,
“पूजेला काहीही चालतं, याचा अर्थच हा, की धर्म सांगतो, साधनांसाठी थांबून राहू नकोस. कार्य करीत राहा. तो वरचा, आकाशातला बाप तर तुमच्याकडे काहीच मागत नाही. बाजारातून एकूणएक वस्तू जरी गायब झाल्या, तरी आपल्या धर्मात पूजाअर्चा होऊ शकते. दोन हात आणि एक मस्तक तर नाहीसं होत नाही ना? त्याला तेवढंच हवंय. म्हणूनच मानसपूजा...”

आणि इथं फक्त मन नव्हतं. उरलेले सोपस्कार होते. सगळं पटण्यासारखं होतं, तरीही स्मशानातले सगळे विधी त्याला हिडीस वाटले.
करकचून ताटी बांधण्यापासून चिता रचेपर्यंत. कुठेच शिस्त नाही, सौंदर्य नाही. मरण सुरेख असेलही. आपण ते रूक्ष बनवतो.
मरणातलं काव्य, सौंदर्य, उदात्तता याची जपणूक ख्रिश्चन लोकांनी केली आहे, हे त्यांच्या अन्त्ययात्रेवरूनच कळतं. आम्हाला फक्त विध्वंस करता येतो.
मानसपूजा, गुळगुळीत शब्द. पळवाटेच्या ऐवजी हा धूळ फेकणारा शब्द वापरायचा. आपण काय करीत आहोत, ते आपल्याला कळत नव्हतं. भटजींना सगळं उरकायचं होतं आणि बाकीचे सगळे कंटाळलेले!
स्मशानातल्या सगळ्या माणसांना ओरडून जायला सांगावं, असं त्याला वाटलं. आपण चितेजवळ फक्त एकट्यानं राहावं, ही त्याची इच्छा. ती कशी पुरी होणार? जिचा खरा आधार होता, ती निघून गेली आणि ज्यांचा काडीचाही आधार नाही, त्या सावल्यांनी गर्दी केलेली. ‘मी शेवटपर्यंत तिथं होतो,’ असे गौरवानं सांगायला मिळावं, म्हणून थांबलेले हे सांगाडे! स्वत:चं अस्तित्व चोवीस तास जपणाऱ्या माणसांना जे हात असतात, ते स्वत:च्या छातीवर नाचवण्यासाठी! त्या हातांना सांत्वनाचा स्पर्श करणारे तळवे नसतात.
चितेच्या उतरंडीतून, दोन ओंडक्यांच्या फटीतून त्याला प्रवीणाचा दंड दिसत होता.
याच तिच्या दंडावर एक तीळ होता. तिथं ओठ टेकताना तो म्हणाला होता,

''एक तीळ भले सातजणांत वाटला असेल, पण हा तीळ माझाच.''
सगळे निघाले. त्यालाही निघावंच लागलं. त्याला बरोबर सोबतीला कोणीही नको होतं. पण लोक त्याला सोडणार नव्हते. स्मशानाबाहेर पडल्याबरोबर कुणीतरी पाठीवर हात ठेवला.
''निघालात?'' त्यानं अकारण विचारलं.
''कितीही जवळचं म्हटलं, तरी आमची सोबत इतकीच. अहो, सात पावलं चाललेली सखी जिथे...''
''तुम्ही निघा.'' त्यानं मधेच त्याला तोडलं.
''सांभाळा...'' निरोप घेताना त्याच्या डोळ्यांत पाणी आलं. आवाज गदगदून आला.
कोण हा? याचंही नाव आठवत नाही. हा इतका झपाझपा का गेला? अरे, त्याला हॉटेलात जायचं होतं तर!
जेवढी जातील, तेवढी त्याला हवीच होती. पण यातली काही माणसं विनाकारण घरापर्यंत येणार. का? तर दिवा बघून जायचं असतं म्हणे.
हाही एक भोंगळपणा!

घर सजवण्याचा प्रवीणाला छंद होता. फुलांचे गालिचे, दिव्यांची आरास यात तिचा हातखंडा. सत्यनारायणावर त्याचा खूप विश्वास होता, असं नाही. आकर्षण दोनच गोष्टींचं. नऊवारीत शेजारी बसणाऱ्या प्रवीणाचा कोरा स्पर्श आणि आरास करायची तिला मिळणारी संधी! ती आरास पाहण्यासाठी या मंडळींना सवड नव्हती, आता तो दिवा बघायचा असतो म्हणे.
चला.
पण गप्प बसा. सांत्वनपर तेच तेच शब्द तरी बोलू नका. या लोकांना नवे शब्दही सुचणार नाहीत.
भाषेला किती मर्यादा असतात, हे त्याला पुन्हा जाणवलं. काहीही कमी पडलं, की तो चिडायचा. तो चिडला की, प्रवीणा हसत सुटायची.
तो आणखीन चिडायचा.
''तुम्ही अगदी चक्रम चक्रे चक्राणि आहात.''
''मीच चक्रम. भाषेला मर्यादा आहेत, त्याचं काय?''
ती बघत राह्यली. तिचे खांदे घुसळीत तो म्हणाला,
''आता तू मला इतकी आवडतेस...''
''इतकी, म्हणजे...?''
''खूप, प्रचंड, भयानक, अवाढव्य, अतोनात, शब्दातीत, श्वासाइतकी,

प्राणापलीकडे...''
''म्हणजे किती?''
तेव्हाच त्याला जाणवलं, की शब्द कमी पडतात. भाषेला मर्यादा आहेत. मनातला कल्लोळ जसाच्या तसा मांडता येऊ नये, दर्शवता येऊ नये, ही कसली भाषा?
तो मग चिडला. अगतिक, कासावीस झाला. त्यानं प्रवीणाला विचारलं,
''शब्दांचं पांगळेपण तुला कधीच जाणवत नाही का?''
''नेहमी वाटतं.''
''मग तू काय करतेस?''
''त्यांचा नाद सोडून देते आणि...''
''आणि मग...''
प्रवीणानं त्याचं चुंबन घेतलं आणि विचारलं,
''तुम्ही मला आवडता. आता 'किती'? हे सांगायला शब्द हवेत का?''
''हे फक्त तू मला आणि मी तुला या पद्धतीनं सांगू शकतो. इतरांना कसं सांगायचं?''
''सांगायला कशाला हवं? आपलं प्रेम आपल्याचसाठी.''
''तरी ते इतरांना सांगावंसं वाटतं.''
''जे आहे, ते लपत नाही. जे मुळातच नसतं, ते दर्शवण्यासाठी आटापिटा करावा लागतो. शब्द तिथं कमी पडतात. आपलं एकमेकांवर किती प्रेम आहे, ते सगळ्यांना माहीत आहे, हे तुम्हाला काही दिवसांनी समजेल.''
''माणूस हे रसायनच चमत्कारिक. केवळ ब्रह्म म्हणजे काय हे न समजल्यानं 'नेति, नेति' म्हणण्यात काय अर्थ आहे? नेति नेति हे प्रत्येक माणसाच्या बाबतीत म्हणता येईल. कारण...''
''मला एवढे मोठाले शब्द समजत नाहीत.''
''हे बघ, त्याचं काय आहे, माणूस तसा हा नेहमी एकटाच असतो. त्याला म्हणूनच हवी असते एक सोबत. जिला मनातली सगळी स्पंदनं समजतील, आकांत कळेल, आक्रोश उमगेल, महत्त्वाकांक्षा पेलेल अशी हवी असते. तुझ्या रूपानं मला तशी सोबत मिळाली, यात शंकाच नाही. माझ्याकडूनही तुझा फारसा विरस झाला असेल, असं मला वाटत नाही. आता आयुष्यातली ही मोठी गरज नियतीनं भागवल्यावर माझं समाधान व्हायला हवं होतं. पण नाही. आपण दोघं एकमेकांवर जिवापाड प्रेम करतो, हे आणखीन कुणाला तरी समजावं, असं आता वाटतं. असं का?''
''याचं कारण मीही सांगू शकणार नाही, तसं वाटतं, एवढं खरं. सगळ्यांना

वाटतं, असंही नाही. खूप उत्कटपणे दोनच भावना व्यक्त करता येतात. प्रेम आणि संताप! संताप व्यक्त करताना शिव्यांची मदत घेता येते.''

''आणि प्रेम?''

''नजर आणि स्पर्श! प्रेमाची भावना ही इतकी सर्वश्रेष्ठ भावना आहे की, नुसते शब्द कमी पडणार आहेत, हे जाणूनच निसर्गानं स्पर्श निर्माण केला. म्हणूनच प्रेमाची सांगता स्पर्शाशिवाय होत नाही.''

त्याला कुणीतरी गॅलरीत बोलावलं.

''मी येतो. मी आता महिनाभर मुद्दाम येणार नाही. मुद्दाम! कारण तेच तेच बोललं जातं. समजुतीच्या शब्दांचा पण ताण पडतो. कारण ते वायफळ वाटतात. बोलणाऱ्याच्या अंत:करणातून जरी ते येत असेल, तरी ऐकणाऱ्याच्या मनापर्यंत ते पोहोचत नाहीत. शेवटी, ज्याचं ओझं त्याचं त्यालाच पेलावं लागतं. एखाद्यानं काही काळ आपलं सामान उचललं, तरी त्या मदतीच्या भारानं आपण वाकलेलेच असतो. लवकरात लवकर सगळं विसरा, असं मी मुळीच म्हणणार नाही. कारण प्रत्येक क्षण आठवणं, यात हिरावला न जाणारा आनंद आहे. तुमचा संसार अर्ध्यावर थांबला. फक्त अस्ताईच झाली. अंतरा वाहून गेला. यशस्वी संसार नेहमीच अपुरा झाल्यासारखा वाटतो. अपयशाचा क्षण मोठा आणि यशाचा क्षण छोटा वाटतो. तुम्ही बाराच वर्षं संसार केलात; पण तो किती समृद्धीनं आणि जाणिवेनं करता येतो, याचा आदर्श घालून दिलात. एखादी गोष्ट कशी वापरायची, एखाद्या ऐश्वर्याचा उपभोग कसा घ्यायचा याचं ज्ञान आणि पात्रता नसताना, अनेकांना अनेक सुखसोयींची प्राप्ती होते. तसंच संसाराचं!''

''बोला.'' तो अभावितपणे म्हणाला.

समोरचा तो कुणीतरी फार विचारपूर्वक बोलत होता. सांत्वनाच्या भाबड्या शब्दांच्या आधारापेक्षा एक नवी विचारांची दिशा जास्त धीर देते, याच जाणिवेनं तो म्हणाला,

''बोला.''

तो म्हणाला,

''तुम्ही संसार जाणणारे! तुमचा बायकोवर किती जीव होता, ते आम्ही जाणतो.''

नंतर तो जास्त काही बोलला नाही. तरीही शेवटचे जे दोन शब्द बोलला, तेही त्याला ऐकू गेले नाहीत. आपला प्रवीणावर खूप जीव होता, हे त्याला समजलं

होतं. 'समजणाऱ्याला समजतं' असं प्रवीणाच म्हणाली होती. त्याही अवस्थेत तो सुखावला. माणसाचं सुख असंच असतं का? दुसऱ्याला काही सांगण्यात? आपण जसे आहोत, तसेच्या तसे इतरांपर्यंत पोहोचण्यात आणि लोकांना ते समजल्याचं आपल्याला समजण्यात? स्वत:ला जे जे वाटतं, ते दुसऱ्यापर्यंत पोहोचवण्यासाठी ही सगळी धडपड असते का?

असावी. साधं उकडत असलं, तरी आपण अनोळखी माणसालाही प्रवासात म्हणतो.

''काय भयानक उकाडा हा...!''

सगळं तेच असतं.

तीच बाथरूम, तेच पाणी, तीच बादली, तोच तांब्या. दृष्टी बदलली की सगळे संदर्भ बदलतात. प्रवीणाच्या नावानं अंघोळ? नाही, मुळीच नाही. तिच्या नावाचं स्मरण करीत अंघोळ!

ती एकदा अंघोळ घालतानाच म्हणाली होती,

''शाळेत जाताना रोज छत्री नेत जा.''

''पावसाळ्यात नेतोच की.''

''मी एरव्हीचं म्हणतेय.''

''कशासाठी?''

''आरशात पाहा एकदा. उन्हापायी किती काळवंडलात, त्याची कल्पना तरी आहे का? इथं पाहा, प्रथम कसे होतात आणि आता इथं...''

''जाऊ दे. प्रथम मी गोरा होतो आणि आता काळा दिसायला लागलो, एवढ्यासाठी तू मला नक्की सोडून जात नाहीस.''

''समजा, गेले, काय कराल?''

''अहोरात्र पहारा करीन. नोकरी, शिकवण्या, सगळं बंद. फक्त पहारा! तू जाऊन जाऊन कुठे जाणार?''

''ते काय सांगून जाणार आहे का? पहारासुद्धा चुकवता येतो.''

''हा पहारा चुकवता येणार नाही.''

''इतिहास शिकवताना तुम्हीच एकदा म्हणाला होतात, की प्रत्येक किल्ल्याला, तो अभेद्य असला तरी, पहारा नसलेला एखादा हिरकणी बुरूज असतोच. हां हां म्हणता गुंगारा देईन.''

आपली ही अशी फसगत होणार आहे, हे आपल्या गावी नव्हतं. हा असा बुरूज तर प्रत्येक संसारात असतो. पहारे ठेवा किंवा न ठेवा. फरक पडत नाही. प्रवीणा निसटली. हिरकणी बुरूज सापडेपर्यंत थांबली होती.

''आपली ही कुठाय?''
त्याला नाव आठवेना. सगळ्यांची नावं गेली कुठे? नावं अशी कशी हरवतात? तो आणखीन गोंधळून गेला. त्याला भीती वाटू लागली. सगळ्या लोकांची नावं हरवली; आणि समजा, कुणीतरी ती गोळा केली. एका पिशवीत भरली. मग तो सगळ्यांना हाक मारून म्हणाला,
''ज्यांना आपली नावं, आडनावं परत हवी असतील, ती त्यांनी शिस्तीत, रांगेनं, क्रमाक्रमानं येऊन घेऊन जावीत.''
तर?
आपल्या माणसांना शिस्त नाही. ती धावपळ करतील. दंगामस्ती करतील. पिशवी ओरबाडतील. या धुमश्चक्रीत कदाचित वाट्टेल ते नाव-आडनाव स्वीकारावं लागेल. मग काय होईल? बर्थ-रजिस्ट्रेशन, रेशनकार्ड, दारावरचं नाव, बँकेचे व्यवहार.. नवीन सही... छे! असं होता कामा नये. ठेवलेली नावं जपायला हवीत. नाहीतर उगीचच 'द्रविड' हेच आडनाव वाट्याला यायचं. द्रविड.
दहा रुपये उसने नेणारा आणि स्मशानात ते परत करणारा!
स्मशानात!
तो भानावर आला. खरं म्हणजे दचकलाच. दहाची नोट शर्टच्या वरच्याच खिशात राह्यली. स्मशानातून आलो. सगळे कपडे भिजवावेच लागले. म्हणजे ते दहा रुपये भिजलेच की!
आतापर्यंतच्या आयुष्यात किती नोटा धुतल्या गेल्या?

''ही अंगठी. होते का, बघा.'' शाळेत जाण्यासाठी त्यानं पायांत चपला सरकवल्या आणि प्रवीणानं अंगठी पुढे केली.
''अंगठी? मधेच कशासाठी?''
''आज गीताचा वाढदिवस.''
तो चमकलाच. शिवाजी महाराजांनी तोरणा कधी घेतला, इथपासून आपल्या सगळ्या सनावळ्या पाठ आणि मुलीचा वाढदिवस...
नाही, पण आज आठ ऑगस्ट कुठाय?
गीताचा वाढदिवस आज कसा? हा नोव्हेंबर... तिचा वाढदिवस नुकताच नाही का.... प्रवीणा लाजली.
''अगदी मास्तर आहात.''
तो सुखावला. कोणतीही भावना उत्कटतेनं जाणवली, की प्रवीणा तसं म्हणायची.

प्रेम असो, राग असो, दु:ख असो.
प्रवीणा प्रेमानं पाहात म्हणाली.
दिवस राह्यल्याची जेव्हा खात्री पटली, तेव्हा आजच्याच तारखेला मी ही गोष्ट तुम्हाला प्रथम सांगितली. त्याचा आज वाढदिवस.
"अरे, मग, गीताच्या वाढदिवसाला मला बक्षीस?"
"अगदी मास्तर आहात. अहो, गीताचा वाढदिवस तेव्हा कसा येणार? जन्माच्या अगोदर? या तारखेला मी तुम्हाला फक्त गडबड झाली... असं म्हणाले."
"ओह! समजलो पुढे?"
"पुढे तुम्ही विचारलंत, 'म्हणजे काय?' मी म्हणाले, 'पटावरची संख्या वाढणार.' "
"नंतर?"
"तरी तुम्हाला समजलं नाही. 'काय, ते रात्री सांग,' असं म्हणत तुम्ही गडबडीनं गेलात. मी रागावले. रात्री समजलं : तुमची त्याच दिवशी इन्क्वायरी होती."
"आठवलं. राजीनामा देऊन घरी आलो आणि रात्री काय ते समजलं. पण तरी मला अंगठी कशाकरता?
प्रवीणा म्हणाली,
"व्याकरणात मुलांना शिकवता ना? राम जन्माला आला, यात कर्ता, कर्म, क्रियापद सांगा, म्हणून..."
"चेष्टा राहू दे..."
"अगदी मास्तर आहात. शर्टच्या खिशात पैसे किती वेळा राहतात, माहीत आहे का? गेली तीन वर्षं ते पैसे मी साठवत आहे. त्यात थोडी भर घातली आणि अंगठी केली. बघा, होते का नीट?"
बोटात अंगठी सरकवीत तो म्हणाला,
"मोलकरीण प्रामाणिक आहे, म्हणून..."
"मोलकरीण प्रामाणिक आहेच, पण अंगठीशी तिचा संबंध नाही."
"म्हणजे?"
"इतके दिवस बोलले नाही. तुमच्या अंगावरचे सगळे कपडे मी स्वत: धुते."
आपण पाहातच राहिलो. खूप वेळानं आपण विचारलं,
"का... का पण?"
"मी धुतलेल्या कपड्यांत तुम्ही दिवसभर वावरत आहात, याचा मला आनंद वाटतो."

''प्रवीणा...''
''शाळेत निघा. आज किती पैसे विसरलात, ते बघायचंय. पळा.''

तो घाईघाईनं बाथरूममध्ये गेला. शर्टच्या खिशात भिजलेली नोट सापडली. ती नोट घेऊन तो बाहेर आला आणि कुणीतरी विचारलं,
''नोट शोधत होता का? मला वाटलं, तुम्ही संयोगितेची चौकशी करताय. तिला नेलं यदू काळेनं. मी चार दिवस सांभळतो, म्हणाला.''
त्यानं जास्त चौकशी केली नाही.
संयोगिता पाटणकरचा आणि त्याचा काय संबंध? तिला कोणी का नेईना? तिच्या बापाची यंदा बदली होणार, तिचं हे म्हणूनच शाळेतलं शेवटचं वर्ष. पुन्हा ती पोरगी भेटणार पण नाही. तिला कोणी का नेईना? हे सांत्वनाला जमलेले लोक मला भलत्याच बातम्या सांगतात. या माणसांना हाकलता येणार नाही. यांना घरातल्या घरात चुकवलं पाहिजे.
तो घरातल्या घरात फिरत राहिला. बसायला जागा नव्हती. प्रत्येक खोलीत कोणी ना कोणी होतं. सगळ्यांचे चेहरे सारखेच दिसत होते. उतरलेले, आक्रसलेले, रडून रडून ओळख हरवलेले. सगळ्या वास्तूवरच एक कारुण्याचा पदर पडलेला.
कारुण्याचा, वियोगाचाही!
फिरता फिरता प्रवीणाला जिथं ठेवलं होतं, तिथं तो आला. समोर त्याच्या दोन्ही मुली बसल्या होत्या. तिघांनी एकमेकांकडे पाह्यलं. तो अभावितपणे पुढे झाला. दोन्ही मुलींनी त्याच्या कुशीत धाव घेतली.
''पिल्लांनो, मी आहे तुम्हाला. तुमची आई सोडून मी तुम्हाला सगळं देईन. मागाल ते देईन. काही काही कमी पडू देणार नाही.''
बोलता बोलता तो कोसळला.
प्रवीणानं शेवटचा श्वास घेतल्यापासून त्यानं इतका वेळ नेटानं किल्ला लढवला होता. चार माणसांसमोर त्याला रडायचं नव्हतं. ताठ मानेनं, निग्रहानं तो वावरत होता. इतका वेळ स्वत:शीच आरंभलेलं ते युद्ध आता संपलं.
तिघंही मनसोक्त रडत होती. मोकळी होत होती. खूप मनसोक्तपणे रडणं ही एक मानसिक आणि शारीरिक गरजही असल्याचं त्याला जाणवलं. रडण्याचं नातं दुबळेपणाशी जोडण्यात काही अर्थ नाही. रडण्यात कृतज्ञता असते. जनावरंही रडतात. चारापाणी वर्ज्य करतात.
त्याला खूप मोकळं वाटत होतं. आता त्याला भानही आलं. क्लोरोफॉर्म उतरावा आणि जाणिवा जिवंत व्हाव्यात, तसं झालं. मुख्य म्हणजे त्याला

स्वत:चं नाव-आडनाव आठवलं.
आपल्याला द्रविड आडनाव चिकटलं नाही. आपण देवलमास्तर. आयुष्यभर साथ देण्याच्या आणाभाका करून प्रवीणा गेली. ती आता कधीही दिसणार नाही, हे सत्य! आणाभाका खोट्या! आणखीन काय काय सत्य?
आपल्याला तीन मुली आहेत, हे सत्य! गीता, योगिता, संयोगिता. संयोगितेची आठवण होताच तो चरकला. म्हणजे यदुकाकांनी जिला चार दिवस सांभाळायला नेली, ती संयोगिता देवल. संयोगिता पाटणकर नव्हे!
हे बरोबर नाही. यदू काळेनं आता हे प्रेमाचं खोटं नाटक का करावं?
आपल्याला राजीनामा याच माणसापायी द्यावा लागला. पटवर्धन खरंतर ट्रस्टी. विद्वान माणूस. यदू हा एक खुळचट माणूस. धुंकी झेलण्यात डॉक्टरेट मिळवलेला. पटवर्धनांना हा जोकर कसा खपत होता, देव जाणे. पटवर्धनांनी तेव्हा आपली बाजू ऐकून घेण्याचा मोठेपणा दाखवला असता तर?
अर्थात ही अपेक्षा वेडेपणाचीच होती. कोणतीही संस्था प्रामाणिक व स्वाभिमानी सेवकांच्या जिवावरच चालते. पदाधिकाऱ्यांना मात्र तोंडपुजे लोक हवे असतात.
संयोगितेला आणायलाच हवं.
आपलं सामान काही काळच दुसरा माणूस उचलतो, हेच खरं!
ओझं त्याच्या हातात, पण दडपण आपल्यावर!
आपलं पिल्लू आपल्याजवळ!
या विचारासरशी तो उठला. गीता-योगितानं टाहो फोडला,
"आम्हाला सोडून जाऊ नका."
"आपलं तिसरं पिल्लू आणतो, राजा."
तो उठला. अशाच एका बिननावाच्या चेहऱ्यानं विचारलं,
"रात्री अकरानंतर कुठे जाता?"
तो बोलला नाही. बाहेर पडला.

■

वपु८५

सबकॉन्शस लेव्हल

मानसोपचारतज्ज्ञ पराग सातोस्कर आज जाम वैतागले होते. जेवणातच काय, आज त्यांचं कशातच लक्ष नव्हतं. प्रॅक्टिस सुरू केल्यापासून त्यांनी अशी विचित्र माणसं पाहिली नव्हती. मानसोपचार विशारदाला माणसांचे जितके नमुने पाहायला मिळतात, तितके नमुने जगात कुणालाच पाहायला मिळत नसतील. पण आजचा प्रकार विलक्षणच!

डॉ. परागनं विलक्षण संतापी माणसांना शांत केलं होतं. गुर्मीत वावरणाऱ्यांची मस्ती उतरवली होती. वयात आलेल्या मुलीला गुरासारखं बडवणारे रानटी आईबाप पाहिले होते. ऐन तारुण्यात कसलंही आव्हान न स्वीकारता, झोपा काढणारी मुलं पाहिली होती. तिरसट पुरुष आणि आक्रस्ताळी भवान्यांना, आयुष्यातल्या किती आनंदांना ती माणसं पारखी झाली आहेत, ते दर्शवलं होतं. एकही छंद आणि एकही मित्र जोडू न शकणाऱ्या माणसांचं त्यांना आता नवल वाटेनासं झालं होतं. मानवी स्वभावाचा एकही नमुना आता उरला नव्हता, की जो त्यांनी आजवर हाताळला नव्हता.

मानसोपचारतज्ज्ञ होण्याऐवजी आपण जनावरांचे डॉक्टर का झालो नाही, असं त्यांना अनेकदा वाटलं होतं.

– आणि आता गेले काही दिवस रोहित आणि रोहिणी या नवरा-बायकोनं परागची झोप उडवली होती. ते स्वत:च पिसाळल्यासारखे वागत होते. सतत पिसाळलेल्या माणसांचे प्रश्न सोडवण्यात, दिवसाचे अनेक तास घालवणारा नवरा विचित्र वागत असला, तरी काहीच नवल नाही, हे अपर्णानं कधीच जाणलं होतं. माणसं– म्हणजेच पेशण्ट्स विचित्र वागतात, म्हणजे काय, याचं तिला प्रारंभी कमालीचं औत्सुक्य होतं. डॉ. परागही तिला कधीकधी गमती

सांगत असत. नंतर नंतर कन्सल्टिंग रूम, ट्रीटमेंट, फॉलोअप, पेशण्ट्स, कन्व्हलजन्स, वगैरे वगैरे शब्दही घरी उच्चारायचे नाहीत, हे अपर्णाचं व्रत ठरलं. अँक्झायटी, डिप्रेशन, नर्व्हस ब्रेकडाऊन यासारखे जे शब्द जातायेता कानांवर पडायचे, त्यांचीही हकालपट्टी झाली होती. सतत डिरेलमेण्ट झालेल्या किंवा स्किझोफ्रेनिक माणसांशी तासन् तास डोकेफोड करून करून डॉ. परागच्या चेहरेपट्टीत थोडा थोडा फरक पडत चाललाय, हेही त्या चाणाक्ष बाईनं जाणलं होतं. क्वचित केव्हातरी ती परागबरोबर एका पेशण्टकडे गेली होती. त्या बाईच्या येडपट विधानांनी आणि विचारपद्धतीमुळे, तिची तासन् तास समजूत घालण्यापेक्षा, तिला एक झापड ठेवून द्यावी, असं अपर्णाला वाटलं होतं. पण डॉ. पराग शांतपणे तिच्याशी चर्चा करीत होते. देखणी स्त्री जर मूर्ख असेल, तर ती किती हिंस्त्र दिसते, ते अपर्णानं प्रत्यक्ष पाह्यलं होतं. त्या घरातून निघताना डॉ. परागनं त्या बाईच्या नवऱ्याला सांगितलं,
"काहीही झालं, तरी तुम्ही तुमच्या बायकोवर हात उगारायचा नाही, मारायचं नाही."
त्यानं केविलवाणेपणानं मान हलवली. त्याचा एकमेव उपाय डॉ. परागनं हिरावून घेतल्यासारखं झालं होतं.
गाडीत बसल्याबसल्या अपर्णा म्हणाली,
"पराग, यू आर ग्रेट!"
"घरी आल्याबरोबर मला शांतता का हवी असते, ते कळलं?"
"बाय ऑल मीन्स."
दोघं गप्प बसली. जरा वेळानं अपर्णानं विचारलं,
"पराग, मी त्या बाईसारखी आर्ग्युमेंट्स केली असती, तर तू काय केलं असतंस?"
पराग म्हणाला,
"बेदम झोडलं असतं. तेही छडीनं!"
दोघंही नंतर घरी येईपर्यंत हसत होते.

हॉस्पिटलचा विषय काढायचा नाही, असं व्रत स्वीकारूनही आज अपर्णानं कुपथ्य करायचं ठरवलं. डॉ. परागना रात्री झोप्ताना तिनं विचारलंच. परागनंही सांगितलं.
"परवा चोप्राकडे पार्टीला जायला नको होतं."
"का?"
"तिथं रोहिणी आणि रोहित हे कपल भेटलं. त्या दोघांनी माझी झोप

उडवलीय.''
''दोघंही गॉन केसेस का?''
''जवळजवळ तसंच.''
''पार्टी स्पॉइल केली का?''
''मला स्पॉइल केलं. स्पॉइल म्हणजे बोअर केलं. अशा माणसांनी ड्रिंक्स-पार्टींना येऊ नये.''
''टीटोटलर का?''
''छे, दोघं व्यवस्थित घेत होती. परमेश्वरानं निर्माण केलेल्या प्रत्येक गोष्टीचा उपभोग घ्यायचा, हे दोघं सांगत होते. ''
''मग तुम्हाला त्रास व्हायचं कारण काय?''
''अपर्णा, कॅन यू इमॅजिन, गेल्या अठरा वर्षांत ही दोघं एकदाही भांडली नाहीत एकमेकांशी!''
''याचा अर्थ सरळसरळ थापा मारतात, दुसरं काय? दे वेअर ड्रंक.''
''मुळीच नाही. दोघंही व्यवस्थित होते.''
''म्हणून तुझी झोप उडाली? कमाल आहे! आपण दोघंही कधी भांडत नाही, असं मीसुद्धा सांगते. तसं सांगायचंच असतं.''
''ती दोघं खरोखरच भांडली नाहीत आजवर, हे चोप्रानंही सांगितलं. माझ्यासारख्या माणसाची झोप बारीकसारीक कारणानं उडत नाही, यू नो दॅट.''
''ठीक आहे. घटकाभर धरून चालू, की ती दोघं भांडत नाहीत. बिघडलं काय त्यात?''
''काय बिघडलं? इट इज ॲब्सोल्यूटली इनह्यूमन. आता भेटल्यावर काय सांगतात, बघायचं.''
''म्हणजे? प्रॉब्लेम केस का?''
''त्यांना गरजच नव्हती. मीच त्यांना आमंत्रण दिलंय. एकदा बोललंच पाहिजे एकेकाशी.''
अपर्णानं अगदी सहज विचारलं,
''कुठे राहतात?''
''कारमायकल रोड.''
''म्हणजे बडी माणसं आहेत.''
''येस.''
''कोण कोण आहेत घरात?''
''राजाराणी आणि पाच मुलं.''
''पाच?''

"येस, पाच! रोहित म्हणाला, 'हुशार, बुद्धिवान मुलं आपण देऊ शकतो, म्हणूनच आम्ही नियोजन झुगारून दिलं. झोपडपट्टीमध्ये पैदा होणाऱ्या झुरळांवर हाच उपाय आहे."
"इतकं स्पष्ट बोलला?"
"या शब्दांत बोलला. मग मी रोहिणीकडे पाह्यलं. तिच्याजवळ वरचढ अर्ग्युमेंट होतं. ती म्हणाली, सरकारला, कॉर्पोरेटर्सना मतदासंघ हवाय, त्यासाठी झोपडपट्टी आहेच, पण भावी काळात टाटा, मफतलाल, गरवारे, आपटे हवेत, की नकोत?"
"सुपर्ब, खरंच दोघांना भेटलं पाह्यजे."
"भेटणारच आहे."
"मित्र म्हणून भेटा. सायकिॲट्रिस्ट म्हणून नको."

रोहिणी गद्रेचं व्हिजिटिंग कार्ड शिपायानं दिल्याबरोबर डॉ. परागनं शिपायाला खूण केली. रोहिणीचं स्वागत करण्यासाठी डॉ. पराग उभे राह्यले.
"बसा."
टेबलावर पर्स ठेवीत रोहिणी परागसमोर बसली. कन्सल्टिंग रूमचं डेकोरेशन पाहूनच डॉक्टरांची प्रॅक्टिस जोरदार असल्याचं रोहिणीनं जाणलं. तिचं निरीक्षण होईतो डॉ. पराग गप्प होते. निरीक्षण संपवून डॉक्टरांकडे पाहात रोहिणीनं त्यांना विचारलं,
"बोला, डॉक्टरसाहेब, कशासाठी बोलावलंत?"
"खरं विचाराल, तर काम असं काहीच नव्हतं. आय नो, यू आर व्हेरी बिझी."
"ज्याच्यामागे चिकार कामं असतात, तोच आणखी काम घेऊ शकतो, कारण त्याला पहिली कामं संपवावी लागतात."
"व्हेरी ट्रू."
"तुम्हीही बिझी असताच की!"
"म्हणूनच वेळ काढू शकलो."
दोघं मनापासून हसली. डॉ. परागनी प्रारंभ करावा, अशा अर्थानं रोहिणीनं त्यांच्याकडे पाहिलं. मनोव्यापार हेरण्याचाच अभ्यास करणाऱ्या परागनं ते ओळखलं आणि पुन्हा एकवार म्हटलं,
"मिसेस गद्रे, काम असं खरंच काहीही नव्हतं. कुतूहल मात्र जबरदस्त होतं आणि अजून आहे– पार्टीत ओळख झाल्यापासून."
"आय ॲम सरप्राइज्ड."
"का?"

"आमच्याबद्दल कुतूहल वाटावं, असं तर आमच्यात काहीच नाही."
"असं तुम्हाला वाटतं. तुमच्यासारखं कपल मी माझ्या आयुष्यात प्रथम बघतोय."
"आमच्यासारखं म्हणजे?"
"अठरा वर्षांत एकमेकांशी एकदाही न भांडलेलं!"
रोहिणी हसत म्हणाली,
"हात्तिच्या, इतकंच ना? त्यात काही विशेष नाही. म्हणजे तसं सांगण्यासारखं खूप आहे, पण..."
त्या 'पण'ने परागना दिलासा वाटला. 'ते काही खरं नाही तेवढं' इतकंच आता रोहिणीनं सांगावं, की आपण सुटलो. लग्न करायचं आणि एकमेकांचं डोकं खायचं नाही, याचा अर्थ काय? संघर्षाला कितीतरी कारणं मिळतात आणि पुष्कळदा निमित्ताचीही गरज नसते. 'आम्ही भांडतो की' एवढंच हिनं सांगावं, म्हणजे आज आपल्याला शांत झोप लागेल.
"बोला ना."
"सांगण्यासारखं बरंच आहे, म्हणजे अर्थातच रोहितबद्दल!"
"म्हणजे मिस्टर गद्रे!"
"ऑफकोर्स! हा प्राणी इतका छळवाद करील, हे गावी नव्हतं."
परागना एकदम हायसं वाटलं. आजपासून कोणत्याही कंपनीचं डायझेपाम घ्यायला नको. आता फक्त कोणत्या कारणासाठी संघर्ष होतात, हे समजलं, की दुसऱ्यांदा मुलाखत घेण्याचीही गरज नाही. कारणं जेवढी क्षुल्लक असतील, तेवढं बरं.
"इफ आय ॲम नॉट टू इन्क्वीझिटिव्ह..."
रोहिणी पटकन म्हणाली,
"छळवाद म्हणजे, बायकोला साथ द्यायची, म्हणजे किती? काही लिमिट?"
डॉ. पराग उडालेच. पण वरकरणी आनंद दर्शवणं भाग होतं. 'कस्टमर इज ऑलवेज राइट' अशा मजकुराची पाटी अनेक उन्मत्त आणि उर्मट दुकानदार लावतात; पण सायकिॲट्रिस्टला तशी पाटी न लावला पेशण्टच्या सुरात सूर मिळवावा लागतो. हे जाणूनच डॉ. पराग हसत म्हणाले,
"अरे, दोन-चार किस्से ऐकवलेत, तर आम्हीही तुमचं अनुकरण करू."
"माझी चेष्टा करता काय, डॉक्टर?"
"अरे, भलतंच! इन फॅक्ट, माझ्या अनेक पेशण्ट्ससाठी मला तुमची मदत होणार आहे."
"कशी?"

"माणसं किती बारीकसारीक कारणांनी आयुष्य मिझरेबल करतात तुम्हाला कल्पना नाही. दोन माणसं म्हटलं, की भांड्याला भांडं..."

रोहिणीनं परागना मधेच थांबवत म्हटलं,

"त्यासाठी दोन माणसांचीदेखील गरज नसते. एकाच माणसाच्या मनात दोन भांडी वाजत असतात."

परागनं नुसता चेहरा बदलूनच इंटरेस्ट दाखवला.

रोहिणी लगेच म्हणाली,

"एका भांड्याचं नाव असतं : 'टू बी' दुसऱ्याचं : 'ऑर नॉट टू बी' "

"ग्रेट!" परागनं दाद दिली.

रोहिणी शांतपणे पुढे म्हणाली,

"त्यातल्या एका भांड्याचा आवाज मी लग्न झाल्याक्षणी बंद केला. 'ऑर नॉट टू बी' हे भांडं मी मोडीतच काढलं. रोहित सांगेल, ते ऐकायचं, असंच ठरवलं आणि गंमत म्हणजे..."

"आय कॅन अँटिसिपेट. दोघांपैकी एकानं ऐकायचं ठरवलं, की जन्मभर त्याला ऐकूनच घ्यावं लागतं. तुमचं तेच झालं असणार."

"तुमचा अंदाज साफ चुकला, डॉक्टरसाहेब. गंमत म्हणजे, मी जसं ठरवलं होतं, तसंच नेमकं रोहितनं ठरवलं होतं, की बायकोचं ऐकायचं."

रोहिणीनं हे सांगताच परागनं ठरवलं, आता गद्रे दाम्पत्य या विषयाकडे लाइटली बघून चालणार नाही. गद्र्यांची केस हा एक चॅलेंज आहे. एकमेकांशी न भांडणारी नवरा-बायको! म्हणजे मूर्खपणाचा कळस. पण तसं दर्शवता येणार नाही, म्हणून पराग म्हणाले,

"क्वाइट इंटरेस्टिंग."

"म्हणूनच आमच्याकडे लक्ष द्यावं, असं आमच्यात काही नाही."

"कॉमन मॅनच्या दृष्टिकोनातून नसेल, पण माझ्यासारख्या सायकिॲट्रिस्टला त्यात फार अर्थ आहे, असे वाटतं."

रोहिणी हसत म्हणाली,

"गैरसमज करून घेऊ नका. आम्हाला तुम्ही हवे आहात, पण मित्र म्हणून! सायकिॲट्रिस्ट म्हणून नाही."

"का हो, सायकिॲट्रिस्टवर इतका घुस्सा?"

"घुस्सा नाही, पण ती मंडळी फार वेगळी असतात; असा..."

"समज, की अनुभव?"

"तसंच विचाराल, तर दोन्ही नाही. पण रोहित आणि मी सायकिॲट्रिस्टबद्दल नेहमी एक जोक सांगतो. परवाच्या पार्टीत रोहितनं कदाचित तुम्हाला तो

ऐकवलाही असेल.''
''त्या पार्टीत तेवढा निवांतपणा मिळाला नाही. तुम्ही सांगितलात, तरी चालेल.''
''तो आहे जोकच; पण मला कधीकधी ती रिॲलिटी वाटते. बरं का, एका गृहस्थाला एका सायकिॲट्रिस्टनं विचारलं, 'काय, कसं काय चाललंय?' तर तो गृहस्थ म्हणाला, 'एकदम झकास. नो प्रॉब्लेम, नो टेन्शन्स! गेले काही दिवस छान वाटतंय.' त्याबरोबर तो डॉक्टर एकाएकी गंभीर झाला. त्या माणसाकडे अगदी रोखून पाहात त्यानं विचारलं, 'तुम्हाला असं कधीपासून व्हायला लागलं?' ''
हा विनोद पचवणं कठीण होतं. रोहिणीनं वर्मावरच बोट ठेवलं होतं आणि म्हणूनच परागना वाजवीपेक्षा जास्त मोठ्यांदा हसावं लागलं.
''आम्ही डॉक्टर मंडळींपासून शक्यतो लांब राहतो, म्हणजे पेशण्ट या नात्यानं!''
''अरे, तुमची तर पाच बाळंतपणं झाली...''
''म्युनिसिपल मॅटर्निटी होममध्ये!''
''सरप्रायझिंग!''
''माझ्या सगळ्या डिलिव्हरीज नॉर्मल होत्या. प्रकृती ठणठणीत होती व आहे. शिवाय तत्त्वाचा प्रश्न. तो जास्त महत्त्वाचा.''
''म्हणजे?''
''जास्तीत जास्त टॅक्स भांडवलदारांना भरावा लागतो. आम्हीही तसा तो भरतो. मग महापालिकेनं आमची बाळंतपणं का करू नयेत? प्रायव्हेटवाले फार लुबाडतात. आम्ही बायकाच तशी संधी देतो– पुरुषांपेक्षा जास्त!''
परागना आता वेगळं कुतूहल वाटलं. पुढे झुकत त्यांनी विचारलं,
''संधी कसली?''
''बाईचं एक गर्भाशय किमान चार ते पाच वेळा गायनाकॉलॉजिस्टची धन करतं.''
''अच्छा, ते कसं काय?''
''एक किंवा दोन बाळंतपणामध्ये केव्हातरी डी. ॲण्ड सी., क्वचित प्रसंगी एम.टी.पी. आणि शेवटी हिस्टॅक्टमी. ॲम आय राइट?''
डॉ. परागनं नंतरच्या दोन केसेस तशाच परतवून लावल्या. घरी गेल्यावर लार्पोजच्या दोन गोळ्या घेतल्या. रोहिणीनं ताकास तूर लावून दिला नाही. काही काही पेशण्ट्सच्या बाबतीत ड्रिप लावायचा असेल किंवा इन्ट्राव्हिनस द्यायचं असेल, तर जशी पटकन शीर सापडत नाही, तसं रोहिणीच्या बाबतीत

झालं होतं. या जोडप्याशी सायकिॲट्रिस्ट न राहता मित्र कसं व्हायचं?' कदाचित अपर्णा म्हणते, ते खरं असेल. रोहिणी चक्क थापा मारीत असेल. प्रत्यक्ष प्रेम करण्यापेक्षा प्रेमाचं नाटक करणं सोपं. छडा तर लावलाच पाहिजे. पण आता रोहिणीला भेटायचं नाही. रोहितला गाठायचं. मतभेद होतात, की नाही, हे तो नक्की सांगेल.

–आणि समजा, रोहितकडून जर तसंच सगळं समजलं, तर? ते खरंच भांडत नसतील, तर?... तर काही नाही. अनेक माथेफिरू लोकांची टाळकी आपण मार्गावर आणली, तिथं दोन माणसांची डोकी बिथरवता येत नाहीत काय?

सेंटॉरमधील एक हेरलेली जागा अडवल्याबरोबर डॉ. परागनं सांगून टाकलं.

"मिस्टर गद्रे, आज निव्वळ पराग सातोस्कर म्हणून भेटतोय."

रोहित हसल्यावर परागनं विचारलं,

"मिसेस गद्र्यांनी आमचं बोलणं तुम्हाला ऐकवलेलं दिसतंय. करेक्ट?"

रोहित गप्प राहिला.

"व्हॉट वुड यू लाइक टू हॅव?"

"काहीही चालेल. हो! गप्पा महत्त्वाच्या, बाकी सगळं गौण! तुमच्यासारख्या डॉक्टरांनी वेळात वेळ काढायचा. तोही आमच्यासारख्या..."

"पुढचा शब्द बोलायचा नाही. मिस्टर गद्रे..."

"मला तुम्ही सरळ, सुटसुटीत रोहित म्हणा."

"ऑलराइट! आता ऐका, वेगळ्या वृत्तीच्या माणसात फक्त लेखकांनाच इंटरेस्ट असतो, असं नाही; तर माझ्यासारख्या..."

"जस्ट वेट! माझ्यासारख्या सायकिॲट्रिस्टना असं म्हणणार आहात का?"

"नो, नो, नॉट ॲट ऑल. याउलट एक अगदी तुमच्यासारख्या किंवा चार संसारी माणसांप्रमाणे तुमच्याशी गप्पा करायच्या आहेत. गप्पा म्हणण्यापेक्षा शंकानिवारण..."

"शंकानिवारण? आणि माझ्याकडून? व्हेरी स्ट्रेंज, सरप्रायझिंग..."

"गुरू शोधण्यासाठी..."

"मोठाले शब्द वापरू नका हो..."

"अरे, प्रत्यक्ष दत्तानं किती गुरू केले होते, ते माहीत आहे ना? शब्द मोठा वाटत असेल, तर त्याला बिचकायचं नाही. जो नवा विचार देतो, तो गुरू!"

"मी तुम्हाला काय देणार?"

"अठरा वर्षं भांडणाशिवाय संसार कसा केलात त्याचा मंत्र."

रोहित खूप मोकळं हसत म्हणाला,

"मंत्र म्हणू नका, तंत्र म्हणा."

"ठीक आहे, तंत्र म्हणा.''

"सिरियसली विचारताय?''

"व्हेरी सिरियसली.''

रोहित म्हणाला,

"प्रथम भांडायचंच नाही, हा मंत्र घ्यावा लागतोच. तो जर मनापासून स्वीकारला, तर मग तंत्राचा विचार! ते तंत्र मात्र प्रत्येकाचं वेगवेगळं असतं. त्याप्रमाणे आमची तंत्रं वेगवेगळी आहेत.''

"वेगळी वेगळी म्हणजे...''

"असं आहे, मि. सातोस्कर.''

"तुम्हीही मला सरळ सरळ पराग म्हणा.''

"ओके! हे मला आवडलं.''

"मग प्रथमच सरळ पराग का नाही म्हणालात?''

"आपल्या या सोसायटीनं दिलेल्या शापामुळं!''

रोहितनं हा वेगळाच विषय आणि विचार मांडला होता. कुतूहल वाढेल, असा.

"सोसायटीचा शाप?''

"हो ना! कुणी कुणाला एकेरी आणि आडनावाऐवजी नावानं हाक मारायची आणि तेही परिचय झाल्यापासून किती दिवसांनी, याबद्दल आपल्या समाजाचे काही संकेत आहेत आणि ते सगळे अवास्तव आणि विकृत आहेत.''

"स्पष्ट सांगाल?''

"दोन पुरुषांनी एकमेकांचा एकेरी उल्लेख करताना, म्हणे, वयातलं अंतर पाहायचं असतं. हा एक विकृत संकेत. अरे, प्रेमाचा उत्स्फूर्त पुकार हा एकेरीच असतो. व्याकरण न समजणाऱ्या एवढ्याशा, दोन-अडीच वर्षांच्या मुलाचं बोलणं विलक्षण गोड वाटतं. बायकोनं नवऱ्याला 'ए' म्हणणं आणि एवढ्याशा जिवानं 'ए बाबा' म्हणणं यात फरक आहे की नाही?''

"मान्य!''

"हे झालं दोन पुरुषांच्या किंवा दोन बायकांच्या बाबतीत! मग एक स्त्री आणि एक पुरुष यांनी एकेरी उल्लेख केला, की मग जलप्रलयच!''

परागनं त्याच्या व्यवसायातला एक अगदी छोटा मुद्दा मांडला,

"रोहित, तुमचं स्टेटमेण्ट आणि ऑब्झरव्हेशन एकदम बरोबर आहे. इतके बारके बारके संकेत सांभाळताना माणूस आपलं मन मारायला प्रारंभ करतो. तुमच्यासारख्या मंडळींना ही सगळी दुर्लक्ष करण्याची बाब वाटते, तर आमच्या शोधाचा प्रारंभच असल्या साध्या गोष्टींपासून होतो.''

"पण...''

"मामला खरंच पोरकट वाटेल, असाच आहे; पण स्वतःच्या इच्छा मारण्याची वृत्ती अशीच किरकोळ वाटणाऱ्या चालीरीतींपासून तयार होऊ लागते. असेच प्रसंग साठत जातात. असंतोषाचा हा प्रवास नकळत सुरू होतो, हेच एक मोठं दुर्दैव आहे."

"म्हणजे?"

"आपण पहिल्यांदा मन कधी मारलं, हे कुणालाच सांगता येत नाही. आणि रोहित, मनासारखी मुर्दाड गोष्ट जगात कुठलीच नाही. प्रत्येक हौस पुरवून घ्यायची त्याला सवय लागली, की ते जन्मभर हौस भागेल कशी, हा एकच छंद घेणार. मन मारायची तुम्ही सवय जडवून घ्या. तसं केलंत, तर तृप्तीच्या क्षणीही मन कासावीस होणारा. त्यातही ते मन हुरहूर शोधायचा यत्न करणार."

पराग कळत नकळत त्याच्या व्यवसायातलं बोलायला लागलाय, हे रोहितच्या लक्षात आलं. ते बोलणं इंटरेस्टिंग होतं, हाच त्यातला धोका होता. आवडणाऱ्या विषयात बराच काळ आपोआप जातो. रोहित पटकन म्हणाला,

"म्हणूनच, पराग, आम्ही दोघांनी एक आयडिया केली."

"हो, तेच मला मुख्य ऐकायचं आहे. आज तुम्ही जास्त बोला. मी 'नाम के वास्ते' बोलणार. तेव्हा आयडिया सांगा."

रोहित सांगू लागला.

"आमचं लग्न झालं आणि शिष्टसंमत झालेल्या संकेतानुसार मी आणि रोहिणी हनिमूनला गेलो. आठ दिवस मजेत घालवले. त्या आठ दिवसांत एकही भांडण नाही. मतं समजली. भेद कुठे आहेत, याचा अंदाज आला. पण गंमत अशी, की रोहिणी गप्प होती आणि मीही मतभेद कसे होऊ शकतील, याची ओळख दिली नाही."

"जस्ट ए मिनिट. मधे डिस्टर्ब..."

"नाही, विचार ना!"

"मतभेदांची जाणीव द्यायची नाही, असं तुम्ही प्रथमपासून ठरवलं होतं का?"

रोहित घाईघाईनं म्हणाला,

"छे, छे, ठरवलं वगैरे काही नाही. आणि कुणीही फार पूर्वतयारी वगैरे करून काही ठरवतात, असं मला वाटत नाही."

"म्हणजे?"

"राजकारणी, मुत्सद्दी, विचारवंत, तत्त्वनिष्ठ, धार्मिक किंवा सामाजिक कार्य करणारे किंवा जबरदस्त पैसा कमावणारे व्यापारी वगैरे, अशी जी काही हेतू ठरवून जगणारी माणसं असतात, त्यांची केस आपण सोडून देऊ. पण बहुतांशी जी सामान्य असतात ज्यांना 'तुमच्या जगण्याचं प्रयोजन काय?' हा

प्रश्न विचारला, तर उत्तर माहीत नसतं, अशी जी माणसं असतात, ती सगळी पूर्वतयारीशिवाय जगतात. इतिहासाचा तास संपला, की भूगोलाच्या वह्या पाकिटातून काढायच्या. इतिहासच दोन तास ओळीनं शिकवायचा, असं मास्तरांनी ठरवलं, तर इतिहास शिकायचा. गंमत म्हणून समोरच्या बाकावरच्या मुलाला टप्पल मारावी किंवा खिडकीतून बाहेर एखाद्या झाडाकडे उगीचच बघावं, असं या मंडळींना वाटत नाही. म्हणूनच शाळेत जेव्हा मधेच एखादा 'ऑफ पीरियड' येतो, तेव्हा या माणसांची अवस्था केविलवाणी होते. आलटून-पालटून पाकिटातल्या वह्यांची उलटापालट करण्यापलीकडे ती जात नाहीत. ही सगळी जमात कोणत्याही कॉलेजात गेली, जरी अगदी 'एम.ए.' झाली, तरी ती जमात उत्कृष्ट नोकरी करते. एम.ए.नंतर नोकरी संपेतो 'एम.ओ.'च्या वर्गात यांचा मुक्काम.''

''एम.ओ. म्हणजे?''

''मोस्ट ओबिडियण्ट.''

पराग मोकळेपणी हसला.

''या माणसांचे आठवड्यातले साडेपाच दिवस छान जातात. शनिवार-रविवार म्हणजे 'ऑफ पीरियड.' रिकाम्या तासांचा विचार आयुष्यभर केलेला नाही. ही माणसं मग स्वत:ही जगत नाहीत आणि दुसऱ्याला तर मुळीच जगू देत नाहीत. इतर माणसं स्वत:चं मन रमवू शकतात, ते त्यांना बघवत नाही. या माणसांना स्वत:भोवती वर्तुळ निर्माण करता येत नाही आणि त्यांनाही कुणी आपल्या वर्तुळात घेत नाही. या अशा माणसांना समाजात, मित्रवर्तुळात, नातेवाइकांत जागा मिळते, ती दया म्हणून! माणुसकीचं नातं जपायचं, म्हणून!''

पराग रोहितकडे आता इतक्या वेगळ्या नजरेनं बघायला लागला, की रोहित बोलायचाच थांबला. रोहितनं आयुष्याचा आणि माणसांचा किती सूक्ष्म विचार केलाय? हा माणूस सायकॉलॉजी घेऊन डॉक्टरेट वगैरे झालाय का?

''बोला की!''

''छे हो, भलतंच, तुम्ही बोला म्हणालात आणि मी बोलत सुटलो.''

''मला कंटाळा आला असता तर मी विषय बदलला असता. तेव्हा हा असला संकोच दोस्तीत ठेवायचा नाही. निव्वळ टाइमपास म्हणून या गप्पा चालल्या आहेत, असं तुम्हाला वाटतंय का?''

थोडा विचार करीत रोहित म्हणाला,

''नो, नॉट ॲट ऑल. आपण असे का झालो, याचा शोध, कुणीतरी खनपटीला बसल्याशिवाय घेता येत नाही. एखादी कृती आपल्या हातून

झटकन घडते. ती का घडली, याचं उत्तर तत्काळ सापडत नाही. आपण यशस्वी का झालो, हे ज्याचं त्यालाही सांगता येत नाही. अयशस्वी माणसात स्वारस्य नसतं, म्हणून यशाची व्याख्या काय, हे अनेकांना हवं असतं. कारणपरंपरा लोकांना नंतर शोधावीशी वाटते. आता मला तुम्ही पराग या नात्यानं न बोलता सायकिअ‍ॅट्रिस्ट म्हणून सांगा. एखाद्या क्षणी जी योग्य कृती घडते, त्यापूर्वी त्या कृतीमागचा विचार सबकॉन्शस पातळीवर अगोदरच झालेला असतो का?''

''त्यापूर्वी योग्य आणि अयोग्य याची व्याख्या सांगाल? ते ठरवा.''

''कठीण आहे. कारण एकदा तुम्ही यशस्वी ठरलात, की भूतकाळातल्या चुकांचेही पोवाडे होतात.'' पराग पटकन म्हणाला.

''जाऊ दे. तुम्ही ते तंत्र आणि मंत्र याचं काहीतरी सांगणार होतात.''

''ओके, ओके आम्ही भांडत कसे नाही, हे तुम्हाला हवंय, ते मी विसरलोच.''

''मी विसरलो नाही.''

''हनिमूनहून परत येताना मी रोहिणीला म्हणालो, 'हे आठ दिवस जसे मजेत गेले, तसं सगळं आयुष्य घालवता येणार नाही का?' ती म्हणाली, 'जमेल का? आवडेल, तसं गेलं, तर!' मी म्हणालो, 'न जमायला झालं काय?' त्यावर ती म्हणाली, 'आपले विचार प्रत्येक बाबतीत जुळले, तर प्रश्नच कुठं येतो न जमण्याचा?' मी प्रवासातच तिला म्हणालो, 'आपलं प्रत्येक बाबतीत जुळणार आहे, असं आपण समजून चाललो, तर वांधे होतील. शंभर टक्के एकासारखी दुसरी वस्तू निर्माणच होत नाही. प्रत्येक प्रांतात आपलं जमलंच पाहिजे, हा अट्टहास न धरता, जिथं जमणार नाही, याचा अंदाज आला, की पान उलटायचं. हाच विचार पहिल्यांदा पटतो का, बघ. हे पटलं, तर तपशील फायनल करू.' ''

'पटलं' हे दर्शवण्यासाठी परागनं रोहितला शेकहॅण्ड केला.

''मन बेबनाव होण्याची जी मुख्य कारणं असतात, त्यांची आम्ही प्रवासात एक यादीच केली.''

''क्या बात है...''

''संघर्षाचा सम्राट संशय. त्याचा मुख्य मंत्री 'सेन्स ऑफ पझेशन.' एकदा राज्य या दोघांच्या ताब्यात गेलं, की संसाराचं संस्थान खालसाच करायचं, रातोरात!''

''यू सेड इट. सत्तर टक्के आमचे पेशण्ट्स 'सेन्स ऑफ पझेशन'वालेच आहेत.''

''करेक्ट, आणि पराग, गंमत अशी, मी तिला हा विचार ऐकवला. तिनं तो मानला आणि नंतर मी त्याच परिभाषेत तिच्याशी बोलत राहिलो. म्हटलं,

रोहिणी, संशय नावाच्या सम्राटाला स्टाफ बेदम लागतो. कुरबूर, खटके, बोलाचाली, अबोला, टोमणे, जळफळाट, तुलना, स्पर्धा, आदळआपट, कागाळ्या, फडतूस माणसांची सहानुभूती हे सगळं त्या संस्थानाचं मंत्रिमंडळ.''
''फिरसे हाथ मिलाव, यार!''
''रोहिणी लगेच म्हणाली, 'आपण एकमेकांचा कधीच संशय घ्यायचा नाही.' मी म्हणालो, 'तसं कसं शक्य आहे? तू देखणी आहेस आणि माझं व्यक्तिमत्त्वही मोह पडावा, असं आहे. केव्हातरी, काहीतरी घडू शकतं.' तिला ते पटलं, संसारात सर्वांत मोठा बेबनाव याच पॉइण्टवरून होतो. आम्ही प्रथम त्याच्यावर तोडगा शोधला.''
''काय सांगता?''
''ऐका ना! आम्ही दोघांना... सगळ्या वैवाहिक जीवनात तीन-तीन चान्सेस द्यायचं ठरवलं.''
''रिअली?''
''येस! त्याचा फार फायदा झाला. एखाद्या बाईबद्दल मला किंवा एखाद्या पुरुषाबद्दल तिला जर आकर्षण वाटलं, तर त्याचं भांडवल करायचं नाही. त्यामुळे काय लाईफला मजा आला.''
''दोघांनी चैन केलीत?''
''बोडक्याची चैन, प्रत्येक वेळेला वाटायचं. अहं, आता नको. पुढच्या वेळेला आणखीन कुणीतरी चांगलं भेटेल. कधी-कधी रोहिणी मला थांबवायची, कधी-कधी मी तिला थोपवत राह्यलो. आजतागायत, परागजी, मोहाचे प्रसंग आले; पण संस्थान शाबूत आहे.''
''सवलतीचा गैरफायदा घेतला जाईल, असं तुम्हाला कधीच वाटलं नाही?''
''त्याचं असं आहे, म्हणजे, आय डोण्ट वॉण्ट टू टीच यू समथिंग...''
''गो अहेड.''
''स्वैराचारी वृत्तीची व्यक्ती, स्त्री असो किंवा पुरुष, कोणतंच बंधन मानीत नाही. थोड्याफार आचारांची चाड बाळगणाऱ्या माणसालाच केव्हातरी स्वातंत्र्य मिळवावंसं वाटतं. अशी माणसं, आपल्याला गरजेनुसार स्वातंत्र्य मिळू शकेल, याच्या आनंदातच स्वेच्छेनं पारतंत्र्यात रममाण होतात. आमचं अजून तरी तसंच झालंय. पुढचं सांगू शकत नाही.''

पराग विचारात पडला. एखादी घटना किंवा व्यक्ती विलक्षण जगावेगळी आहे, या एकमेव कारणासाठी खोटी समजता येईल का?
निरोप घेता घेता रोहित म्हणाला,

“एकमेकांवर विलक्षण विश्वास ठेवला गेला तर त्याचं बंधन झुगारून देणं टेरिफिक म्हणजे पराकोटीचं जड जातं.”
गाडीत बसताना परागनं विचारलं,
“तंत्र सांगायचं राहून गेलं.”
“ही तर सुरुवात आहे. शेवटची भेट थोडीच आहे?”
“यू आर राइट!”

त्या मुलाखतीनंतर पराग आणखीनच इरेला पेटला. रोहित आणि रोहिणी– दोघंही अत्यंत खिलाडू वृत्तीची होती. त्यांचा संसार सुखाचा व्हायलाच हवा. अरे, पण तरीही एकमेकांशी भांडायचं नाही, यात काही अर्थ आहे का?
अपर्णानं शेवटी परागलाच चिडून विचारलं,
“पराग, तुमचंच डोकं फिरलंय किंवा आता फिरणार अहे, असं मला वाटायला लागलंय.”
“अरे, पण या दोघांनी खरं का बोलू नये?”
“ती दोघं जर थापा मारीत असतील, तर ती भांडणारी आहेत, असं समजून गप्प राहा की. आणि एखादं जोडपं न भांडणारं असलं, तर बिघडलं काय? इतर भांडणाऱ्या जोडप्यांकडे पाहावं आणि समाधानी राहावं. आपला काय संबंध आहे?”
“हेच तुम्हा लोकांना कळत नाही. जगावेगळ्या गोष्टींचा छंद घेतल्याशिवाय शोध लागत नाहीत. ॲबनॉर्मल माणसं हा माझ्या प्रोफेशनचा गाभा आहे. ती दोघं भांडत नाहीत, हीच भयानक गोष्ट आहे. आय वुइल कनव्हिन्स देम.”
“काय सांगाल?”
“सबकॉन्शस हा एक मस्त शब्द आहे. हे ‘सबकॉन्शस’ प्रकरण नक्की कुठं असतं, हे ब्रह्मदेवाच्या बापालाही माहीत नसेल. पण त्याचा एक जबर दरारा असतो. त्या दोघांना मी हेच सांगणार, की तुम्ही प्रत्यक्षात एकमेकांशी भांडत नसाल, मी मान्य करतो. पण सबकॉन्शस लेव्हलवर तुम्ही बेदम भांडत आहात... या वयात तुम्हाला ते जाणवणार नाही. पण ओल्ड एजमध्ये त्याचा फार वाईट परिणाम होईल आणि कोणत्या रूपात तो प्रकट होईल, हे सांगता येणार नाही. त्यापेक्षा भांडत राहा अधूनमधून!”
परागसमोर हात ओवाळीत अपर्णा म्हणाली,
“वार्धक्य वाईटच. काही ना काही कटकटी होतातच. पण तुम्ही त्यांचं आत्ताचं लाईफ पण मिझरेबल करा.”

''तुम्ही भांडू नका, माझा तसा आग्रह नाही. पण चीडच येत नाही कशाची, अशी परिस्थिती नाही ना?'' त्या नंतरच्या भेटीत परागनं असं विचारताच रोहित गडबडीनं म्हणाला,

''चीड तर बेदम येते आणि इथूनच तंत्राचा प्रारंभ होतो.''

''सांगा.''

''आपल्याला जर बेदम संताप आला, तर त्याचा पहिला परिणाम आपल्यावरच होतो, हे माझ्या लक्षात आलं. समोरच्या माणसाला आपल्या रागाची पर्वा किंवा कदर असेलच, याची शाश्वती नाही. मग शंख करून काय फायदा?''

''पण वाफेला वाट नको का?''

''करेक्ट! तेच तंत्र शिकायचं. बेदम संताप येतो, त्या दिवशी मी ऑफिसला गाडीनं न जाता चक्क चालत जातो. गाडीनं निघालो, तर ड्रायव्हिंग करताना अपघात व्हायची शक्यता. अँग्री ड्रायव्हर इज अ डेंजरस ड्रायव्हर.''

''आय अॅग्री. पण प्रत्येक वेळेला अॅक्सिडेंटच होईल, असं नाही.''

''कबूल! पण अशा वेळेला आपण यंत्राशी पण नीट वागत नाही. बायकोनं चार-दोन भांडी आपटली, तर फारसं बिघडत नाही. पण मोटारची गिअर्ससुद्धा आपण मस्तवालपणे हाताळतो. माणसांपेक्षा जास्त प्रामाणिक साथ देणाऱ्या यंत्रांशीही अमानुषतेनं वागण्यात काय मतलब? निम्मी यंत्रं यापायी मोडतात.''

''रोहित, यू आर सिम्पली ग्रेट! तुम्ही इतका विचार कधी केलात?''

''दरवाजा आपटून बंद करणारा एक घमेंडखोर माणूस माझ्याच शेजारी राहतो. त्याला वर्षावर्षानं दाराच्या बिजागऱ्या आणि लॅच बदलून घ्यावा लागतो. म्हणूनच मी चिकार संताप आला, की ऑफिसपर्यंत चालत जातो. संतापाची लाट ओसरायच्या आत ऑफिसात पोहोचलो, तर तिथं आपण चिडचिड करतो. चालत गेलं, की डोक्यातली आग पावलापावलानं पायांत येते. देन नो प्रॉब्लेम!''

''तरीही मनातला प्रक्षोभ बोलल्याशिवाय शांत कसा होतो?''

''वाटेत मारुतीचं देऊळ लागतं. त्याला सगळं ऐकवायचं, की झालं.''

''तो तुमच्याशी काय बोलणार?''

''म्हणूनच त्याला सांगायचं. तो आपल्यालाच दोषी समजत नाही आणि आपल्या व्यथा किरकोळही मानत नाही.''

''दॅटस ए पॉइण्ट वर्थ थिंकिंग.''

परागची झोपेच्या गोळ्या घेण्याची संख्या वाढली आहे, हे अपर्णानं ओळखलं होतं. पण त्यावर तिनं कॉमेण्ट करायचं सोडून दिलं होतं. केव्हातरी तिला वाटलं, उठावं, गद्रे कंपनीला भेटावं आणि सांगावं,

“मित्रांनो, भांडत नसलात, तरी सांगा, ‘आम्ही भांडतो’ म्हणून!” पण त्यांनी कारण विचारलं, तर काय सांगायचं?

पराग तर आता झपाटलाच होता. त्यानं नाना हिकमती करून रोहित-रोहिणीच्या शेजारच्या कुटुंबाला गाठलं. ती मंडळी गुजराथी होती. व्यवहारापुरतं गुजराथी परागला येत होतं. शहा आणि मंडळी परागला भेटायला आली.
“माफ करजो, तमने तकलीफ आपुं छुं...”
“एमां शुं थयुं?”
“तमारा पाडोशीनो केस सायकोलोजिकल छे.”
परागनं हे सांगताक्षणी मिसेस शहा म्हणाल्या,
“हुं एमने केटला दिवस थी कहु छुं.”
परागनं मिसेस शहांना विचारलं,
“एनाविषे तमे मने जणावी शकशो?”
शहा म्हणाले,
“पतिपत्नीमां छ वर्षथी क्यारेय कोई झगडो थयो नथी.”
“अँड बिफोर सिक्स इयर्स...”
“मने खबर नथी. अमे अहीं छ वर्षथी आव्या छीए; पण अमे क्यारेय झगडो सांभळ्यो नथी.”
मिसेस शहा तक्रारीच्या सुरात म्हणाल्या,
“....आ लोकोनी शांतिथी अमे तो कंटाळी गया छीए. कारण के चकमक थाय, तो मजा पडे.”
परागनं आश्चर्यानं विचारलं,
“तो तमे पाडोशमां रहीने करी छो शुं? तमने दिवासळी लगावता आवडतुं नथी?”
मिसेस शहा पटकन म्हणाल्या,
“में तो खूब प्रयाश कर्यो.”
“शूं कर्युं?”
“अमोए फोन पर कह्युं के रोहित एनी स्टेनोग्राफरने लईने पिक्चरमां गयो छे.”
“व्हेरी फाइन!” पराग उत्साहानं म्हणाला. शहा आणि मिसेस शहा हसले.
“बरं मग?”
मिसेस शहा निराशेनं म्हणाल्या,
“त्यारे रोहिणीए कह्युं के मेंज तिकीट लावीने आपी हती.”
“माय गुडनेस!”

त्यानंतर तिघंही गप्प राह्यले. जरा वेळानं परागनं, रोहिणीला कसला छंद वगैरे आहे का, विचारलं.

त्याबरोबर मिसेस शहा म्हणाल्या,

"ए थोडी मगजथी कमजोर छे, पण झगडो नथी करती. एना मगजमां वात आवे, त्यारे घंटीपर चोखा, नहीं तो घऊं, नहीं तो बाजरो पिस्या करे छे."

नीट अर्थबोध न झाल्यामुळे शहांनी समजावून सांगितलं. त्रास दिल्याबद्दल परागनं दिलगिरी प्रदर्शित केली आणि रोहित-रोहिणी चुकून जरी भांडली, तरी कळवायला सांगितलं.

शहा दाम्पत्य गेल्यावर पराग विचारात पडला. रोहित संताप आवरण्यासाठी चालत कामावर जातो आणि रोहिणी संतापाला वाट करून द्यायची, म्हणून घरी जात्यावर दळण दळत बसते. पाच बाळंतपणं होऊनही प्रकृती ठणठणीत आहे, यात म्हणूनच नवल नाही.

पण तरीही मूळ मुद्दा दूरच राहतो. नवरा-बायकोनं भांडायला हवंच.

शहा मंडळींकडूनही हवा तो तपशील मिळाला नाही. आता काय करावं, हे त्याला कळेना. रोहित-रोहिणीजवळ काही बोलायची सोयच नाही, हे आता सिद्ध झालं. दोघांनी त्यांच्या आयुष्यातल्या 'ऑफ पीरियड'वर खूप विचार केला होता. मुलं आणि त्यांचं संगोपन, त्यांना शिस्त लावणं यातही भांडणं नाहीत. मतभेद होते; पण संघर्ष नव्हता. प्रत्येक महिन्यातले पंधरा-पंधरा दिवस त्यांनी एकमेकांत वाटून घेतले होते. रोहिणी म्हणाली,

"पंधरा दिवस माझं राज्य. एकूण एक निर्णय मी घेते. मी पंधराच्या पंधरा दिवस मुलांना उपाशी ठेवलं, तरी त्यांनी हस्तक्षेप करायचा नाही आणि त्यांच्या राजवटीत त्यांनी पोरांना पाचव्या मजल्यावरून ढकलून दिलं, तरी मी मधे येणार नाही. त्यामुळे सगळ्या मुलांना आमच्या दोघांचा सारखाच धाक आहे."

त्यानंतर परागनं त्या दोघांची भेट एकदम घ्यायचं ठरवलं. मानसोपचाराच्या प्रथेनुसार तो आतापर्यंत त्या दोघांना वेगवेगळ्या वेळेला भेटत आला होता. पंधरा दिवसांनी त्यानं रोहित-रोहिणीला एकदम यायला सांगितलं.

न भांडणारी नवरा-बायको या चमत्कारिक, अविश्वसनीय घटनेवर त्यानं लंडन, अमेरिका, जपान, जर्मनी- सगळीकडे पत्रव्यवहार केला. झोपेच्या गोळ्यांचं प्रमाण वाढलंच होतं. त्यात एका सेमिनारची भर पडली. जगातल्या सगळ्या मानसोपचार विशारदांची एक कॉन्फरन्स भरली. मोठमोठाली, डॉक्टरी व्यवसायातली मंडळी नेहमी बिचारी 'ओबेराय' किंवा 'ताज'मधेच सेमिनार्स भरवतात. जनतेच्या शारीरिक, मानसिक, बौद्धिक– थोडक्यात म्हणजे पेशण्ट्सच्या आर्थिक अडचणी-व्याधी वगळून, इतर व्यथांचा विचार करायचा,

म्हणजे विशारदांना तरी स्वास्थ्य हवं की नको?
त्या सेमिनारमध्ये डॉ. पराग सातोस्करनं 'न भांडणारं जोडपं' असू शकतं, अशा आशयाचा पेपर वाचला. एकूण-एक मानसोपचार विशारदांनी परागला धारेवर धरलं. प्रश्नांचा भडिमार केला.
पंधरा दिवसांनी ठरल्याप्रमाणे रोहित आणि रोहिणी परागला भेटायला कन्सल्टिंग रूमवर गेली. तर नवल म्हणजे कन्सल्टिंग रूमला कुलूप होतं. सेक्रेटरीनं त्या दोघांना परागच्या घरी जायला सांगितलं. दोघंही परागच्या घरी गेली.
परागच्या घरी गर्दी आणि त्या गर्दीचे गंभीर चेहरे पाहूनच दोघांच्या छातीत धस्स झालं. ती दोघं त्या गर्दीत सामील झाली. परागची प्रकृती बिघडली असून, कुणालाही भेटीची परवानगी मिळणार नव्हती. 'आपण येऊन गेलो,' हे कमीतकमी अपर्णाला सांगावं, म्हणून रोहित-रोहिणी पुढे झाली. पण अपर्णाला वेगळं सांगावंच लागलं नाही. त्या दोघांना पाहिल्यावर तीच सामोरी आली.
''तुम्ही आलात, फार बरं झालं.''
''भेटायची परवानगी आहे का?''
''इतरांना परवानगी नाही, पण तुमची गोष्ट वेगळी आहे. मी तुम्हाला परागकडे घेऊन जाते. तुम्ही खोलीत जाऊ नका. बाहेरूनच बघा आणि जे बघाल, ते प्लीज कुठे बोलू नका.''
''डोण्ट वरी.''
अपर्णा रोहित-रोहिणीला परागच्या खोलीजवळ घेऊन गेली. खोलीचं दार तिनं किलकिलं केलं. रोहित आणि रोहिणी बघतच राह्यली.
पराग भिंतीकडे तोंड करून बसला होता. पण तो नुसता बसला नव्हता. तो जोरजोरात जात्यावर तांदूळ दळत होता आणि समोरच्या भिंतीवर मारुतीचा फोटो लावलेला होता.

■

वपु८५

बॉन्साय

"बिस्किटं घ्या ना!"
"नकोत."
"एखादं तरी?"
"मला ग्लुकोज बिस्किटं आवडत नाहीत. 'मारी'ची आवडतात."
"दोन मिनिटं थांबा, खालून मागवतो."
"तो त्रास घेऊ नका. "
"त्यात कसला त्रास?"
"आणू नका. मी खाणार नाही."
बाबा गप्प बसले.
बैठकीतला चहा संपला.
ट्रे घेऊन मी आत गेले. बैठकीच्या खोलीत जाण्याची इच्छा नव्हती. बाबांची हाक आली. जावं लागलं. मी बाबांच्या जवळ जाऊन बसले आणि बैठकीतली मोठी माणसं जाणिवेनं आत जायला निघाली.
चित्रे म्हणाले,
"मला तुमच्या मुलीशी काहीही खासगी बोलायचं नाही. तेव्हा जाण्याची गरज नाही. जे काही बोलणार आहे, ते सगळ्यांसमोर बोलायचं आहे."
बाबा, माझा मामा आणि मानलेले काका पुन्हा बसले.
चित्रे म्हणाले,
"मुलीच्या आईला बोलवा, त्यांनीही ऐकलेलं बरं. भावना, मन वगैरे शब्द वापरून बायकाच नंतर हैदोस घालतात."
बाबा शांत होते. मामा आतून खवळला होता. पण बाबांकडे पाहून तो शांत

राहण्याचा प्रयत्न करीत होता. त्यानं आईला 'ताई' म्हणून हाक मारली. आई मधल्या दाराजवळच बसली. सगळ्यांकडे नजर फिरवीत चित्रे म्हणाले,
''काही काही गोष्टींचा मला स्पष्टपणे आत्ताच उल्लेख करायचा आहे. नंतर चर्चा नको.'' सगळ्यांनी नजरेनंच संमती दिली.
''मी वेगळी वृत्ती घेऊन जन्माला आलोय. नंतरच्या अनुभवांनी माझी लहानपणी जी काही वृत्ती असेल, ती तशीच कायम राहिली आणि ती बदलण्याचा प्रयत्न न करता घरच्या माणसांनी त्यात भर घातली. कदाचित त्या माणसांनी काही केलंही नसेल. कारण त्यांच्या आयुष्यापुढं त्यांना इतरांचा विचार करायला सवड नव्हती. अर्थात भूतकाळाशी माझा संबंध नाही. न परतणाऱ्या काळावर स्वत:च्या आयुष्याची जबाबदारी टाकणं सोपं असतं. भविष्यकाळ किती दिवसांचा लाभणार, हे माहीत नसतं. परमेश्वरानं माणसाला बुद्धी दिली, ती वर्तमानाशी नातं टिकवावं म्हणून! त्याचा उपयोग आपण भूतकाळाचे गोडवे गाण्यात किंवा उद्धार करण्यात घालवतो आणि भविष्यकाळाचा उपयोग आश्वासनं देण्यासाठी! वर्तमानकाळाचा संबंध कुणाशीच नाही.''
''व्हेरी ट्रू,'' मघाशी चिडलेला मामा खूश होत म्हणाला.
चित्र्यांना हुरूप आला. ते म्हणाले,
''जातायेता शिवाजीमहाराजांना हार घालायचा, नाहीतर गांधी की जय म्हणायचं. वर्तमानकाळ वापरण्याची अक्कल असलेल्यांची आपण पूजा करत आहोत, हे पुतळ्यांना हार घालतानाच विसरायचं. ते झालं, की पंचवार्षिक योजना, म्हणजे आश्वासनं! त्यासाठी जागतिक बँकेचं कर्ज. सतत भीक मागायची. बेसुमार कर लादून जनतेसमोर कटोरा पसरायचा आणि परदेशासमोर झोळी फिरवायची.''
मी थक्क होऊन ऐकत होते. तिरसट वृत्तीचे चित्रे मला त्याक्षणी फार लोभस वाटले.
–आणि करारीसुद्धा! त्यांनी आणखीन बोलावं. पण तेवढ्यात ते म्हणाले,
''जाऊ दे. हे इतकं बोलण्याचा माझा स्वभाव नाही.''
''तुम्ही छान बोलता.''
''छान, का चुकीचं, मला माहीत नाही. वेगळं बोलतो, असं मी समजतो. मला भावनाप्रधान होता येत नाही. मी फार कोरडा, शुष्क, गद्य माणूस आहे आणि मला प्रामुख्यानं तेच सांगायचं आहे. माझा मामला रोखोचा आणि ठोकीचा आहे. मला काव्य कळत नाही. प्रेम, प्रणय, प्रतीक्षा यांत मला वेळ घालवता येत नाही. त्याशिवाय...''
''शुभा तुम्हाला सांभाळेल.''
''मला सांभाळण्याची गरज नाही. तिनं स्वत:ला सांभाळावं. स्वत: रमायला

शिकावं. मनोरंजनाच्या बाबतीतही माणसानं स्वतंत्र असावं.''
''आमच्या लक्षात नाही आलं.'' आई धीर करून म्हणाली.
''दुसरा कुणी आपली करमणूक करील, अशी माणसानं अपेक्षा करू नये.''
''म्हणजे...''
''सिनेमा, नाटकं यांत रमणारा माणूस मी नाही. बायकोला फिरायला वगैरे न्यायचं असतं किंवा तिच्यासाठी गजरे आणायचे, वाढदिवसाला साड्या आणायच्या किंवा सोनाराच्या दुकानात जाऊन स्वत:ला लुबाडून घ्यायचं यांसारखे प्रकार मला जमायचे नाहीत. तेव्हा...''
चित्र्यांनी वाक्य अर्ध्यावर सोडलं. आम्ही गप्प होतो.
थोडा वेळ थांबून ते म्हणाले,
''तुमच्या मुलीला लग्नानंतर नोकरी करावी लागेल. एनी ऑब्जेक्शन?''
''तुम्ही मिळवून द्याल ना?''
''शब्द देत नाही. तिनं प्रयत्न करावा. मी फक्त, मला काय हवंय, तेवढंच सांगतो. ती गोष्ट कशी मिळवायची, हे समोरच्या माणसानं ठरवायचं...''
''पण...''
बाबांना थांबवत मी म्हणाले,
''बाबा, तुम्ही काळजी करू नका. त्यांना काय म्हणायचंय, ते मला समजलंय.''
''ठीक आहे.''
चित्र्यांनी खिशातून त्यांच्या नावाचं रबरस्टँप असलेलं इन्लॅण्ड लेटर काढलं आणि बाबांच्या हातात देत ते म्हणाले,
''तुमचा निर्णय या इन्लॅण्डवर कळवा.''
''छे! भलतंच! मी स्वत: सांगायला येईल ना!''
''माझी घरी असायची वेळ अनिश्चित असते.''
''तुमचे आईवडील– म्हणजे कुणी ना कुणी...''
''मला वडील आहेत, ते कऱ्हाडला असतात आणि आईचा प्रश्न नाही. मी सहा वर्षांचा असताना ती वारली.''
कऱ्हाडलाच राहणाऱ्या माझ्या मानलेल्या काकांनी मधेच विचारलं,
''अरे, म्हणजे यशोदाबाई तुमच्या सावत्र आई का? मला माहीत नव्हतं.''
चित्रे कडवटपणे म्हणाले,
''यशोदा माझ्या वडिलांची बायको. तिचा माझा काहीही संबंध नाही. माणसाला आई एकच. प्रत्यक्ष जन्म देते ती!''
''मग बाकीची बोलणी...''

"काय बोलायचं असतं? मला मुलगी पसंत आहे. तसं मी सांगितलं आहेच.''

"तुमचे वडील...''

"त्यांना कधी कळवायचे; कळवायचं की नाही, हे मी ठरवीन.''

"म्हणजे ते लग्नालाही नसतील?'' पारंपरिक विचाराच्या आईनं विचारलं.

"असतील किंवा नसतील?''

"पण कळवणं आपलं कर्तव्य...''

"ते वाटलं तर मी करीन. तुम्ही चिंता करू नका.''

"असं प्रशस्त वाटत नाही.''

"मी आमच्या तीर्थरूपांचं उत्तर ऐकवू का? ते लिहितील त्या सुमारास मुंबईला असलो तर येईन. तेव्हा, दॅट यू लीव्ह इट टू मी.''

"ठीक आहे. आपण कधी भेटायचं?''

"तुमचा निर्णय ठरला की इन्लॅण्ड टाका.''

चित्रे निरोप घेऊन गेले. मनावर विलक्षण दडपण आलं होतं. सगळ्यांच्याच! कोणीही, कुणाशीही, काहीही बोलण्याच्या मन:स्थितीत नव्हतं. चित्रे कुटुंबाची ज्यांना लांबून माहिती होती, त्या काकांनी प्रारंभ केला. पण ते बोलणंही स्वगतासारखं होतं.

"माणसं थोडीशी विक्षिप्त वाटतातच.''

"वडील असेच का?''

"ठाम विधान करणं अविचाराचं ठरेल, पण तरीही तो माणूस सेल्फ-सेंटर्ड आहे. पोरगा उगीच चिडलेला नाही. बापलेकांचे संबंध, क्रॉनिक डिसीझ म्हणतात, तसे झालेत.''

"सावत्र आई.''

"तेच कारण. पहिली बायको मेल्यावर चित्र्यांनी दोन महिन्यांच्या आत दुसरं लग्न केलं आणि लग्न झालं, त्याच्या सहाव्या दिवशी चिरंजीवांची व्यवस्था बोर्डिंगमध्ये केली.''

"मग बरोबर.''

तेवढ्यात बेल वाजली. दार उघडलं, तर दारात पुन्हा चित्रे.

"अरे, आपण? या-या.''

चित्रे आत आले. खुर्चीवर स्थानापन्न होत ते म्हणाले,

"मघाशी मधेच तुम्ही आमच्या तीर्थरूपांचा अकारण विषय काढलात. महत्त्वाचं बोलायचं त्यापायी राहून गेलं.''

"सांगा ना, लगेच यावं लागलं, म्हणजे तसंच काही असणार.''

"महत्त्वाचं आहे की नाही, ते तुम्ही ठरवा. मी अगोदर सांगितलं नव्हतं, असं

होता कामा नये म्हणून ही दक्षता.''

"पुन्हा चहा घेणार?''

"हवा असता तर मी मागितला असता.''

बाबांनी आईला हातानेच गप्प राहण्याची खूण केली.

चित्रे म्हणाले,

"मला लग्न साध्या स्वरूपात आवडेल. हौस-मौज वगैरे तुम्हाला हवी असेल,
तर!''

"वरपोशाख?''

"म्हणजे काय? मला कपडे ना? मला कपडे आहेत. लग्न महत्त्वाचं,
सोपस्कार गौण! लग्नापेक्षा संसार सर्वांत महत्त्वाचा. ते असो. सांगायची होती
ती गोष्ट वेगळीच. लग्नानंतर तुमची मुलगी सहा महिन्यांतून आठवड्यासाठी
माहेरी येईल. अधेमधे नाही.''

"त्याचं एवढं काय?''

"सासर-माहेर एकाच गावात असलं की हे सांगावं लागतं. हे सगळं पटलं की
पत्र टाकायचं.''

चित्रे जसे आले, तसे गेले. त्यांची पाठ वळताच मी बाबांना म्हणाले,

"ते इन्लॅण्ड द्या. मी आत्ताच नकार कळवते.''

मग आईनं पण माझ्या सुरात सूर मिसळला.

"हे बघ शुभा, नकार कळवणं आपल्या हातातली गोष्ट आहे. मग घाई
कशाला? नकार का द्यायचा, याचा विचार तरी करायचा, की नाही?''

"गरज नाही. अशा विक्षिप्त माणसाशी कुणाचं पटेल का? तिशी उलटली,
तरी तो एकटाच आहे, त्याचं कारणच हे.''

"पंचविशी उलटेपर्यंत तू लग्नाची का राहिलीस, असं त्यांनी विचारलं का?''

"त्याची कारणं आपल्याला माहीत आहेत.''

काका म्हणाले,

"चित्रे भूतकाळाचा विचार करीत नाही, ही फार महत्त्वाची बाब आहे, शुभा.
आणि ही मीन्स, व्हॉट ही सेज.''

"पण इतर मतं पटली?''

"निर्भीड आहेत.''

"तुसडेपणाकडे झुकतात.''

"कालांतरानं निवळतील.''

"मला, काका स्पष्टवक्तेपणा समजतो; पण...''

"शुभा, लग्नानंतर माणसं कात टाकतात. एकाकी पडलेला माणूस आहे, स्वतःच्या कर्तृत्वावर मोठा झालाय. पत्रकार आहे, त्यामुळे समाजातलं ढोंग त्याला प्रथम दिसतं. त्याला समजून घे. स्वतःकडे वळवून घे."

आईनं मामाला विचारलं,

"तू गप्प का?"

"प्रथम मीही त्याच्यावर मनात उखडलो होतो, पण हळूहळू एकेक गोष्ट माझ्या लक्षात येत गेली, की चित्रे जे बोलतील, ते आवडेल किंवा आवडणार नाही; पण ते जे बोलतील, ते समजलंच नाही, असं घडणार नाही आणि दुटप्पीपणा तर ते आयुष्यात करणार नाहीत."

मी तिथून निघून गेले. सगळी सगळी जवळची, यात वादच नाही. पण यांच्यापैकी एकालाही चित्र्यांशी संसार करायचा नव्हता. प्रत्येक क्षणाला सामोरं जायचं नव्हतं. 'मतं पटतात' किंवा 'पटत नाहीत' यापैकी एका विधानानं सगळ्यांचा प्रश्न सुटतो. पण पटो वा न पटो, त्याच माणसाच्या सहवासात आयुष्य काढण्याची सक्ती फक्त माझ्यावरच!

काय करू?

भूतकाळाचा विचार न करणारा माणूस हा महत्त्वाचा भाग होताच. सत्ताविशी गाठलेल्या माझ्यासारख्या मुलीला, पस्तीशीच्या उंबऱ्यावरचा हा चित्रे माझा पूर्वेतिहास विचारणार नाही किंवा त्याचा प्रेस्टीज इश्यू करणार नाही. लग्नाच्या आणाभाका करून परदेशी पळून गेलेला सुरेश परवडला असता, की तुसडेपणाकडे झुकणारा स्पष्टवक्ता चित्रे परवडून घ्यायचा?

मनात कोणत्या अवस्थेत माझ्याकडून होकार गेला, हे सांगता येणार नाही.

ज्यांना घाईघाईनं जेवण उरकून, नेहमीची गाडी पकडून कामावर जायचं होतं, अशा मोजक्या माणसांची पंगत सकाळी साडेनऊला बसली. अक्षता आठ-वीसला पडल्या होत्या.

चित्र्यांचं वऱ्हाड म्हणजे मोजून अकरा माणसं होती. त्यापैकी त्यांच्या 'दैनिक लोकमंगल' कार्यालयातलीच पाचजणं होती. उरलेल्यांचा परिचय झालाच नाही. चित्र्यांचे तीर्थरूप लग्नाला आले नाहीत. कारण त्या सुमारास ते मुंबईला नव्हते. अकराच माणसांसाठी चित्र्यांनी अर्थातच लग्नपत्रिका छापल्या नव्हत्या. मी माझ्या मैत्रिणींच्या आणि नातेवाइकांच्या घोळक्यात हरवले असतानाच बाबांनी मला खूण करून बाजूला घेतलं.

"जावईबापू जेवायला बसताहेत."

"पहिल्या पंगतीला?"

"हो."

"आत्ता साडेनऊला?" असं म्हणत मी हॉलमध्ये आले.

पंगतीतलं शेवटचं म्हणजे बाविसावं पान चित्र्यांनी अडवलं होतं.

मी त्यांना खूण केली. ते उठले.

"तुम्ही आत्ता जेवणार आहात?"

"तुमच्या वडिलांनी तुम्हाला रिपोर्ट केलेला दिसतोय. मोठी मौज आहे."

एकाच वाक्यात आणि त्यांच्या स्वरात उत्तर मिळालं होतं.

मी काहीच बोलले नाही.

चित्रे पुढे म्हणाले,

"मी पहिल्या पंगतीलाच जेवायला बसणार आहे, हा विषय चर्चेचा किंवा बातमीचा कसा होतो, हेच मला कळत नाही."

थोडा धीर करून मी म्हणाले,

"माणसाला कुत्रा चावला, तर ती बातमी होत नाही, पण कुत्र्याला माणूस चावला, तर ती बातमी होते ना?"

"उपमा योग्य आहे, तरीही जावई साडेनऊला पानावर बसला, ही घटना..."

"त्या सगळ्यांना कामावर जायचंय ना?"

"मी काल रात्री जेवलो नाही. मला कडकडून भूक लागली आहे. नोकरीचं कारण व्यावहारिक आहे. नोकरी ही मुख्यत: पोटासाठीच करतात. भूक लागणं हे नैसर्गिक आहे. ते कारण गौण कसं ठरवलं जातं? मला हेच रीतिरिवाज मान्य नाहीत. नोकरीची वेळ सांभाळणं क्षम्य, भुकेची वेळ सांभाळणं अक्षम्य, हे मला पटणारं नाही."

"मी तुम्हाला फराळाचं आणून देते."

"पण का...?"

"ऐका तरी!"

"चिवडा खाल्ला, तर मान्य, भात खायचा नाही, असंच ना?

"आपण दोघं एका पंगतीला बसणार होतो."

"लक्षात आलं. उखाणे, नाव घेणं, कुणीतरी गाणं म्हणणं, घास देणं, फोटो... ऑल बोगस!"

"असं कसं?"

"मला चर्चा नकोय. त्यातून रिवाज सांभाळायचे असतील, तर तुझ्या पंगतीला पुन्हा बसतो. घासच कशाला, अख्खं जेवण भरवतो."

अख्खं जेवण विसराच, एक घासही देण्याघेण्यासाठी वेळ आली नाही. त्या रिवाजाचं मला खास कौतुक वा अपूर्वाई होती, अशातला भाग नव्हता. कितीही

निग्रह ठेवला, तरी चित्र्यांना घास देताना सुरेशची आठवण होणारच. म्हणजे तो घास उष्टाच. खरं तर सगळंच उष्टं. पहिलावहिला स्पर्श होणार, तोही उष्टाच! छे, काही खरं नाही. सुरेश अजून रेंगाळतोय. नको तेव्हा डोकावतोय. पहिल्या रात्री काय होईल?

पहिल्या पंगतीत बसलेल्या चित्र्यांकडे मी पाह्यलं.

ते व्यवस्थित जेवत होते. सुखात होते. वर्तमानकाळ त्यांच्या मनाप्रमाणे सांभाळीत होते.

भूतकाळ बंद करू शकणाऱ्या माझ्या नवऱ्याचा मला हेवा वाटला.

प्रेमात पडले होते, तेव्हाही मी सावध होते, म्हणूनच मर्यादा न ओलांडण्याचा आनंद अबाधित होता. तरीसुद्धा सुरेशच्या सहवासात पहिली रात्र कशी गेली असती, हा विचार डोकावलाच नाही, असं कसं म्हणू?

सुरेशला फुलवण्याची कला अवगत होती. प्रेमाच्या प्रांतात स्वत:कडे कमीपणा घेण्याची वृत्ती लागते. स्वत:ला लहान समजण्यातलं मोठेपण मिळवायचं असतं. अर्पणभावाचा कोंब त्याशिवाय फुटत नाही. देतं कोण, घेतं कोण, हा उखाणा न सुटण्यातच समागमाची लज्जत असते.

शरीराला मनाची साथ लागते का? आधी स्पर्श, की स्पर्श करावा, ही भावना? कोण कुणाला मोहात पाडतं? मीलनाची उत्कट इच्छा असो-नसो, एका ठरावीक, अनाकलनीय वळणावर शरीर पराभव करतं, एवढं नक्की!

पहाटे पहाटे चित्रे म्हणाले,

“मी अत्यंत सुखात आहे.”

“खरंच?”

“वर्तमानकाळात वावरणारा माणूस कायम सुखातच असतो.”

“प्रत्येक वेळेला ही काळाची भाषा हवीच का?”

“तो एक सर्वांत महत्त्वाचा घटक आहे. अस्तित्वाचा विचार काळाशिवाय संभवतच नाही.”

“जाऊ दे, पहाटे पहाटे इतका गंभीर विषय कशाला हवा?”

“आपण सुखात का आहोत, हे सांगता आलं, म्हणजे सुख वाढतं.”

“बरं, मग सांगा.”

“स्त्रीसहवासाचा पुसटसा अनुभव जरी भूतकाळानं दिला असता, तर त्या अनुभवाशी तुलना करण्याचा मोह झाला असता.”

चित्रे एवढं सांगून उठले आणि मी विचारात पडले. त्यांनी हा टोला मला हाणला का? का ते बोलणं त्यांच्याच तत्त्वांप्रमाणे होतं? आणि पाठोपाठ पुढचा प्रश्न मी स्वत:ला विचारला.

"चित्र्यांच्या इतका आनंद मी मिळवला का?"

या स्वत:लाच विचारलेल्या प्रश्नाचं उत्तर मला आयुष्यात मिळालं नाही. अगदी या क्षणापर्यंत! डॉक्टरांनी मला एका बाजूला नेऊन भवितव्याची कल्पना देऊन ठेवली आणि मनाची तयारी करायला सांगितलं.

चित्र्यांना हार्ट-अ‍ॅटॅक येऊन पाच दिवस झालेत. अठ्ठेचाळीस तास होईतो काहीच सांगता येणार नव्हतं. पण त्यानंतरही तीन दिवस ओलांडले आहेत. परिस्थितीत फरक नाही.

आज चित्रे जरा गप्पागोष्टी करू शकताहेत. प्रश्न आहे, तो 'काय बोलायचं', याचा! दिवसेंदिवस संभाषण न करण्याचा मी सराव करून घेतलाय. आशुतोष बापावर जो बिथरलाय, तो बिथरलाच आहे. गेल्या पाच दिवसांत तो हॉस्पिटलकडे फिरकलेला नाही. 'एकदा चल' असं मी शंभरदा म्हटलं, त्यानं उत्तर दिलं नाही.

मी संसार केला, म्हणजे काय केलं? तर, चित्रे आणि मी एका घरात राह्यलो. हे चांगलं, की वाईट, हे मी सांगू शकत नाही. आशुतोष बापाला विचारणार नाही, हे मला स्पष्ट दिसतंय. हेही चांगलं, की वाईट, हे मला ठरवता येत नाही.

आशुतोषच्या या स्वभावाबद्दल, अनेक वर्षांपूर्वी चित्र्यांनी मला जे उत्तर दिलं होतं, तेच उत्तर पुन्हा ऐकावं लागलं असतं. 'तो वेगळा आहे', असं ते म्हणणार.

लग्न झाल्यानंतर जवळजवळ एक आठवड्यानंतर मी चित्र्यांना विचारलं होतं,
"तुम्हाला माझा स्वयंपाक आवडतो का?"
"वेगळा असतो."
"चांगला, की बरा, की वाईट?"
"जगात हे चांगलं, हे वाईट, असं कधीच नव्हतं आणि नसतंही. ते जे असतं, ते वेगळं असतं. मला न रुचणाऱ्या एखाद्या पदार्थासाठी दुसरा माणूस जीव टाकत असतो. मग तो पदार्थ वाईट कसा?"
"हा नियम तुम्ही जगातल्या प्रत्येक गोष्टींना लावाल."
चित्रे म्हणाले,
"मी कोण लावणारा? युगाचे नियम आणि धर्म आपोआप बदलतात. व्यक्तीनं ते नियम पचवण्याचा प्रयत्न करायचा असतो किंवा प्रवाहाविरुद्ध पोहोण्याची शक्ती टिकवायची असते."

''उदाहरण द्या.''

''प्रामाणिकपणा, राष्ट्रप्रेम, निष्ठा, राष्ट्रीय धर्म वगैरे वगैरे मूल्यं हा एका युगाचा धर्म होता. तेव्हा भ्रष्टाचार, लाचलुचपत, दिरंगाई यासारखे प्रकारच नव्हते. आता या गोष्टी केल्याशिवाय कामंच होत नाहीत. एक काळ साधुत्वाचा होता. आता भोंदूगिरीचं राज्य आहे. चांगलं-वाईट ठरवायचंच नाही. सातत्यानं भ्रष्ट कारभारावर एक देश पस्तीस वर्षांच्या वर जगू शकतो, हा वेगळेपणा आपण सिद्ध केलाय, की नाही?''

चित्र्यांचं बोलणं खोडून काढता येत नसे. वाईट वाटायचं, ते एकाच गोष्टीचं; ते अत्यंत कडवट होत होते. प्रथम एकटेपणामुळे तसे झाले. त्यात पत्रकार झाले. समाजातली घाण त्यांना इतर कुणापेक्षाही जास्त दिसायची. त्यामुळे चित्रे जास्तीत जास्त आत्मकेंद्रित होत गेले.

पहिल्या भेटीत सांगितल्याप्रमाणे ते एकाही नाटक-सिनेमाला आले नाहीत. फिरायला आले नाहीत. जसा कधी गजरा-वेणी किंवा एखादं गुलाबाचं फूल आणलं नाही, त्याचप्रमाणे साडीही!

एकान्त तर या माणसाला कधीच फुलवता आला नाही. वजन करायच्या यंत्रानं आपल्या वजनाचं कार्ड, न पटणाऱ्या भविष्यासकट हातात टाकलं, की आपण कुठे त्या यंत्रापाशी थांबतो? बायकोच्या शरीराकडून चित्र्यांची यापेक्षा वेगळी अपेक्षा नव्हती. मी त्यांना केव्हातरी चिडून प्रश्न विचारला. उत्तर ऐकलं आणि अक्षरश: बाथरूममध्ये जाऊन स्वत:ला मारून घेतलं. मनमुराद रडून घेतलं.

केवळ वर्तमानकाळच जगणाऱ्या चित्र्यांचा संवादशून्य, गंजलेला स्पर्श नकोसा वाटायचा.

जगायचं आणि तेही जनावरापेक्षा वेगळं जगायचं म्हटलं, की भूतकाळही हवा आणि स्वप्नंही हवीत. केवळ कटू आठवणींनीच भूतकाळ भरलेला असला, तरी तो हवा. त्याच्या आठवणीही हव्यात.

भोगून पार केलेली संकटं आणि यातना, त्यांच्या उच्चाराबरोबरच वेगळं सामर्थ्य देतात. त्याची नशा माणसाला मस्त बनवते, मस्तवाल बनवत नाही.

एका रात्री चित्रे जेव्हा कार्यभाग संपताच दूर झाले, तेव्हा याच जाणिवेनं मी त्यांना विचारलं, ''तुम्हाला बायको कशासाठी हवी होती हो?''

कुशीवर वळत ते म्हणाले,

''वेश्येकडे फार पैसा मोजावा लागतो. शिवाय व्याधीची टांगती तलवार!''

चित्र्यांच्या गरजेनुसार मी नोकरीसाठी बँकेकडे अर्ज केला. इंटरव्ह्यूसाठी निमंत्रण आलं.
बँकेचा पत्ता वर होताच; पण फोर्टमध्ये फ्लोरा फाऊण्टन वगळल्यास इतर माहिती मला यथातथाच होती.
मी चित्र्यांना पत्ता विचारला. तिरसट आवाजात ते म्हणाले,
''फ्लोरा फाऊण्टन माहीत आहे. तिथपर्यंत तर जा.''
''पुढे?''
''निसर्गानं पत्ता विचारण्यासाठी वाचा दिली आहे, पत्ता मिळेपर्यंत चालण्यासाठी पाय दिले आहेत.''
काय बोलणार?
मी कामावर जाऊ लागले. चित्र्यांनी एकही दिवस कामाची, तिथल्या वातावरणाची, माणसांची चौकशी केला नाही. मला त्याचं नवल वाटलं नाही. कारण स्वत:च्या 'लोकमंगल' दैनिकाबद्दल त्यांनी घरी कधीच काही सांगितलं नव्हतं.
त्यांच्या या स्वभावाचा मलाच सराव होत नव्हता. सतत वाटायचं, एखाद्या क्षणी कात टाकतील. माणसात येतील.
आपण नॉर्मल राहायचं.
बँकेतला इंटरव्ह्यू झाल्यावर मी 'लोकमंगल'चं ऑफिस शोधून काढलं. इथपर्यंत कशी आलीस? असं चित्र्यांनी विचारलं, की हसत हसत सांगायचं, ''पाय आहेत, वाचा आहे. बँक सापडली, त्याप्रमाणे तुमचं ऑफिस.''
पण हा संवाद घडलाच नाही. 'लोकमंगल'चा वॉचमन बाहेर निरोप घेऊन आला, ''चित्रेसाहेबांनी सांगितलंय. संध्याकाळी घरी भेटू.''
मला नोकरीचा सराव झाला. इतकंच नव्हे, तर मी त्या आकडेमोडीशी समरस झाले. ऑफिसातली माणसं हेच माझं कुटुंब झालं. तिथले कर्मचारी माझे सगेसोयरे झाले. चित्र्यांशी संवाद होत नाही, याची टोचणी कमी होऊ लागली. आपण नवऱ्याला जिंकू, त्यांना हसतं-खेळतं करू, असं आव्हान प्रारंभी स्वीकारावं, असं वाटत होतं. कालांतरानं तो कालापव्यय ठरेल, असं वाटलं. वर्तमानकाळ मानणारा माणूस अत्यंत अमानुष होतो, असा मला अनुभव येत होता. कारण या माणसाच्या गरजा क्षणांशी निगडित असतात. कार्यक्षेत्रच संकुचित निवडलं, की यशस्वी ठरायला वेळ लागत नाही. भूतकाळाचं ओझं पेलायलाही सामर्थ्य लागतं. त्याचप्रमाणे प्रत्येक वेळेला भूतकाळ ओझंच टाकतो का? काही रम्य आठवणींचे नजराणे देण्याचं सामर्थ्यही भूतकाळातच असतं. अनेक माणसांचा उपयोग आपण शिडीसारखा केलेला असतो. ज्यांना हे

मोठेपण नाकारायचं असतं, तीच माणसं गेलेल्या काळाचं काही देणं लागत नाहीत.

"मी फार सुखात आहे," असं पहिल्या रात्री सांगणाऱ्या चित्र्यांनी बायकोच्या सुखाचा, दुसऱ्या दिवशीचा सूर्य वर आल्यापासून विचार केला नाही.

सुखाचा विचार नका करू. अडचणींचा कराल, की नाही? संसाराचा आर्थिक भार उचलणाऱ्या बायकोच्या कोणत्याच समस्या तुम्ही सोडवणार नाहीत? हा स्वार्थी माणूस आपल्यासाठी काहीही करणार नाही, हे माहीत असूनही मी चित्र्यांना सांगितलं,

"मी त्या भागवताचा बंदोबस्त कसा करू?"

"भागवत कोण?"

"मी दोन दिवसांपूर्वी सांगितलं होतं."

"ते मी विसरलो, आज पुन्हा सांग."

"तुम्ही काही स्टेप्स घेणार आहत का? तर सांगते."

"अरे, हो, तो तुझ्या मागे लागलाय नाही का?"

"नशीब माझं, आठवलं तुम्हाला."

"तो त्रास देतो, म्हणजे काय करतो?"

"त्याचा माझ्यावर डोळा आहे."

"तुम्हाला तो आवडलाय का?"

मी चिडून विचारलं,

"मला तो आवडला असता, तर मी तक्रार केली असती का?"

"तसं नाही ना? मग बंदोबस्त करणं सोपं आहे. प्रॉब्लेमच नाही."

"कधी येता बँकेत?"

"माझा काय संबंध बँकेत येण्याचा? बंदोबस्त तूच करायचा आहेस."

मी त्यांच्या समोरून उठून जाऊ लागले. त्यांनी थांबवलं.

"माझ्यासमोर विषय काढला आहेस ना? आता तो संपल्याशिवाय उठायचं नाही."

"माझ्यापुरता विषय संपलाय."

"माझ्या दृष्टिकोनातून नाही. बस इथं. उद्या त्या भागवताला एखाद्या हॉटेलात ने."

"इम्पॉसिबल!" मी तडकलेच.

"ऐकून घे, मग जे काय करायचं, ते कर. त्या भागवताला तू कदाचित मनापासून आवडत असशील. तुला तो आवडत नाही. याचा अर्थ तो मवालीच

असेल, असं नाही. तो या प्रेमाबद्दल अतिशय सिन्सीअर असेल. त्याची डिग्निटी सांभाळून तू त्याला सांगू शकतेस, की तुम्हाला मी आवडली असेन, तर मला ती भावना समजू शकते. पण मी तुम्हाला प्रतिसाद देऊ शकत नाही. एकेक कप कॉफी पिऊ या आणि कायमचं विसरू या. काय?''

''तो माणूस इतका उल्लू आहे, की त्याला ही भाषा समजायचीच नाही. त्याला चांगला धडा शिकवायला हवा.''

''वेगळ्या दृष्टिकोनातून ही सिच्युएशन हाताळलीस, तर तो माणसात येईलही.''

''येवो, न येवो, आय ॲम नॉट कन्सर्न्ड. तुम्ही यात लक्ष घालणार, की नाही सांगा. का इथंही, 'परमेश्वरानं पाय दिलेत, वाचा दिली आहे' यासारखं...' ''

''ॲब्सोल्यूटली सो. परमेश्वरानं उगारण्यासाठी हात दिले आहेत. तेवढाही स्पर्श टाळायचा असेल, तर पायात चप्पल दिली आहे. तू त्याचं थोबाड रंगव, त्याची मग बातमी तरी होईल.''

''यातही तुम्हाला बातमी दिसतेय?''

''ते एक सामाजिक कार्य आहे. भागवतसारखी इतर माणसं बातमी वाचून जरा थरकतील आणि स्वतंत्रपणे जगण्याचा, समाजात वावरण्याचा कॉन्फिडन्स वाढेल.''

भागवतची अचानक बदली झाल्यामुळे काहीच घडलं नाही. काही घडलं कसं नाही म्हणा? माझ्या स्वत:च्या दृष्टिकोनातून मी फार मोठा धडा शिकले. चित्रे माझ्या पाठीशी कधीही उभे राहणार नाहीत, हा महत्त्वाचा धडा मी शिकले. आता माझे निर्णय मीच घ्यायचे.

कालांतरानं ते बरंही वाटायला लागलं. चित्रे अध्यातमध्यात नसत. अध्यातमध्यात नसण्यामागे मला व्यक्तिस्वातंत्र्य मिळावं, हा हेतू नक्कीच नव्हता. थोडं लक्ष घालायचं ठरवलं, की चर्चा आली. देवाणघेवाण आली. न जाणो, त्यातून एखादं काम गळ्यात पडायचं.

बस! भीती हीच होती. संसारासाठी राबावं लागेल का? स्वत:ची शिस्तीची वा स्वास्थ्याची चौकट मोडेल का?

प्रारंभी मी चर्चा केली. उत्तरंदुरुत्तरं केली. हमरीतुमरीवरही आले. नंतर शहाणपणानं गप्प बसले. त्यांची अलिप्तता हे मला वरदान ठरलं. संसार आणि जोडीदाराबद्दलची चित्र्यांची उदासीनता मला स्वयंसिद्ध बनवू लागली. या हेकट माणसानं जर डिक्टेटरशिप केली असती, तर जास्त यातना झाल्या असत्या. हेकट माणसाजवळ तर्कशास्त्र नसतं, तर स्वार्थी किंवा स्वत:च्याच सुखाचा विचार करणाऱ्या माणसाच्या जगात इतरांना अस्तित्व नसतं.

मग स्वार्थ आणि हेकटपणा यांची युती झालेल्या माणसाची हुकूमशाही किती जाचक ठरली असती? त्यातून मी सुटले होते.

स्वत:चं स्वास्थ्य जपणं यात चित्रे इतके दंग होते, की त्यांना माझ्याबद्दल 'पझेशन'ची सुद्धा भावना नव्हती.

मालकी हक्क गाजवणं म्हणजे थोडं राबणं आलंच. शरीरानं जरी नाही, तरी मनानं! केवळ राबणाऱ्यालाच कष्ट असतात, असं नाही, तर राबवून घेणाऱ्यालाही असतात. त्याशिवाय राबवणारे उलटतील का, याची धास्तीही असते. चित्र्यांना तो ताणही नको होता. 'पझेशन'ची भावना बाळगणारा कायम अस्वस्थ असतो. तो जोडीदाराला मोकळा श्वास घेऊ देत नाही. जोडीदाराच्याच पाठोपाठ, उपग्रह सोडल्याप्रमाणे त्याचा तनामनानं वावर असतो, म्हणून तो स्वत:ही श्वास घेऊ शकत नाही. नवरा या नात्यानं अधिकार गाजवायचा, म्हणजे एक वेगळं पारतंत्र्य आलं. स्वत:च्याच संवेदनांचा मागोवा घेणं आलं. 'वेदना' आणि 'संवेदनांचं' विश्लेषण आलं. एवढे कष्ट कोण घेतो?

म्हणूनच पुढचा विचार नको.

मागचं ओझं नको. बायको आहेच. ती जाते कुठे? चहाच्या वेळी चहा, जेवणाच्या वेळी जेवण, आर्थिक भार उचलायची तयारी आणि पात्रता, इच्छा व्यक्त करू, तेव्हा शरीरसुख!

बाकी काय लागतं?

अपेक्षित असलेली सगळीच साथ मी चित्र्यांना देत आले. चहाच्या कपापासून शरीरापर्यंत! चित्र्यांना ज्या ज्या वेळी जे जे हवं असेल, ते ते मी देत राह्यले. प्रेम संपलं की उरतं, ते कर्तव्य!

कर्तव्याची जाणीव तीव्रतेनं जतन केली की, काम कोणतं करत आहोत हा विचार गौण ठरतो. फक्त कामच करायचं ठरवलं, की मोजकी कामं केल्यावर इतर कामं आपण नाकारू शकतो. आवडीच्या कामाला प्राधान्य दिलं जातं. ते कामही पुरून उरण्याइतकं असतं आणि तरीही जी कामं राहतात किंवा आपण टाळतो, त्यासाठीच हाकाटी सुरू होते. संसारासाठी राबूनही श्रेय हरवून बसावं लागतं.

काम आणि कर्तव्य यांतला फरक नेमकेपणानं समजावा लागतो. पत्रकार नवरा मिळाल्यामुळे शब्द जास्त जाणिवेनं भेटू लागले. कर्तव्याची ओळख झाली, ती त्याच भूमिकेतून!

म्हणूनच चहाच्या कपापासून स्वत:चं शरीर देणं या दोन्ही कामांतली सहजता किंवा यातना यांचं काही वाटेनासं झालं.

मीसुद्धा एक चालता-बोलता जीवच होते. म्हणूनच कधी-कधी चहाचा एक कप देतानाही अनंत यातना होत असत, तर कधी-कधी उपभोग घेऊन चित्रे कुशीवर कधी वळत असत, हेही कळत नसे.

संसारात चित्र्यांनी स्वीकारलेली भूमिका कोणतीही असो, माझ्या भूमिकेबाबत त्यांना बोट उगारता येणार नाही, इतकी माझी प्रतिमा लख्ख असेल, हाच माझा निर्धार ठरला; किंबहुना तोच जगण्याचा आधार ठरला.

चोख कर्तव्य बजावणाऱ्या माणसांचा आनंदही स्वावलंबी असतो. नेमून दिलेल्या कामांना मी स्वीकारलेल्या कामांचे गणवेष चढवले. काम आणि कर्तव्य यांत मग फरक राहिला नाही. म्हणूनच ही बाई इतकी आनंदी कशी राहू शकते, याचं कोडं इतरांना उकललं नाही. अनेक कोडी उकलण्यापलीकडची असतात, कारण निव्वळ उभे शब्द आणि आडवे शब्द यांच्या चौकटीत ती सजवता येत नाहीत.

एक मात्र ठामपणे ठरवलं होतं. चित्र्यांचे विचार अंशरूपानंही या समाजात वावरता कामा नयेत, म्हणून त्यांचा वंश आपण वाढवायचा नाही. त्यासाठी माझे सातत्यानं प्रयत्न चालले होते आणि तरीही नियती म्हणा, प्रारब्ध म्हणा, त्याच्या हातातला जो एक टक्का होता, त्या एक टक्क्यानं, नव्याण्णव टक्क्यांचं पारडं हलकं ठरवलं.

दिवस राहिले.

बँकेतल्या मैत्रिणींच्या ओळखीनं मी तीन-चार स्पेशॅलिस्टना भेटून आले. गर्भपाताचा सल्ला कुणीच देईना. मुळातच उशिरा लग्न झालेलं. आता तर तिशी उलटलेली. मुलाच्या बाबतीत माझा निर्धार पक्का होता. आणखीन काही वर्षंच कशाला, मला कायमचंच मूल नको होतं. मैत्रिणींना माझे आणि चित्र्यांचे भिन्न भिन्न विचार माहीत असूनही मला एक मूल व्हायला हवं, हे त्यांचं म्हणणं! संसारातली कोणतीच जबाबदारी न उचलणाऱ्या चित्र्यांना बाप होण्याचा काय अधिकार आहे, हा माझा सवाल. यावर 'तुझा आई होण्याचा अधिकार तू का नाकारावास,' या युक्तिवादापासून, 'भविष्यकाळात तू एकटी पडशील' या दहशतवादापर्यंत प्रत्येकीचं वेगवेगळं सांगणं. 'वयाची तिशी ओलांडली, की ॲबॉर्शन असो वा डिलिव्हरी, सगळंच त्रासदायक,' हे मी ऐकून होतेच.

'आपण खरोखरच एकट्या पडू का?' या एका भीतीपोटी, 'टू बी ऑर नॉट टू बी' म्हणत आणखीन काही दिवस थांबले. त्याच वेळेला श्रीयुत चित्र्यांनी लग्न होण्यापूर्वी, पहिल्याच भेटीत माहेरी जाण्यासंबंधी जी सवलत घोषित केली होती, ते दिवस नेमके आलेले. चित्र्यांना बोट ठेवायला कुठेच जागा ठेवायची नाही, म्हणून मी त्यांच्या परोक्ष, ओव्हरटाइमच्या नावाखाली, आईला कधी

धावती भेटदेखील दिली नव्हती.
आईच्या नजरेतून माझी अवस्था सुटली नाही. मी सुद्धा ते नाकारलं नाही, पण त्याच वेळी माझ्या मनात जे होतं, तेही मी लपवलं नाही.
इथंच चुकलं.
आईनं डोळ्यांत पाणी आणलं. एक दिवस कडक उपास केला. दोन दिवस माझ्याशी अबोला धरला. सगळ्या नातेवाइकांना बोलावून घेतलं. माझं अपत्य जन्मभर सांभाळण्याचं वचन दिलं.
मी द्रवले, वाकले.
चित्र्यांना बातमी, होय, त्यांच्या दृष्टिकोनातून त्यांना ही केवळ बातमी होती. बातमी शब्दामागं 'गोड' शब्द लावायचं काहीच कारण न्व्हतं. कामावर जाताना ते दोनच शब्द बोलले,
"आता सांभाळा."
"तुम्ही मदत केलीत, तर..."
"नऊ महिन्यांपैकी पहिले चार महिने गरोदरपण नवऱ्याकडे, अशी योजना असती..."
मी ताडकन म्हणाले,
"तर संततिनियमन आपोआप झालं असतं, प्रचार न करता!"
ते न बोलता निघून गेले. त्यांच्या पाठमोऱ्या आकृतीकडे पाहात मी पुटपुटले,
"तुमच्यासारखा कोरड्या वृत्तीचा माणूसही जन्माला आला नसता."

मॅटर्निटी होम निवडण्यापासूनची कामं मीच केली. गरोदरपणात केवळ कंटाळा म्हणून मी शक्यतो रजा घेतली नाही. डोहाळजेवणं वगैरे सोहळ्याचा मला मनापासून तिटकारा होता. मग वाडी वगैरे भरून अवघडलेल्या शरीराचे विनोदी फोटो काढणं दूरच. मी कोणत्या मॅटर्निटी होममध्ये नाव घातलंय, हेही चित्र्यांनी विचारल्याशिवाय मी सांगितलं नाही. शेवटच्या दिवसापर्यंत माझी नोकरी चालू होती. आजवर न अनुभवलेल्या यातना सुरू झाल्या, तेव्हा त्यांचं वेगळेपण आणि महत्त्व समजलं.
नव्या जिवाच्या स्वागतासाठी मी जीवघेण्या कळांच्या पायघड्या पसरल्या.
'लोकमंगल' ऑफिसात कुणी कळवलं, ते मला समजलं नाही. पण चित्र्यांना मी ॲडमिट झाले, हे त्याच दिवशी समजलं होतं. प्रश्न तोही नव्हता. त्या दिवशी त्यांना भेटायला सवड झाली नाही, हेच गेली अठरा वर्षं लक्षात राहिलं.
माझ्या आणि आशुतोषच्या!

मी जसं लक्षात ठेवलं, तसंच सोडूनही दिलं. काम आणि कर्तव्य यांतला फरक एकदा समजला, की आयुष्य सोपं होतं. आयुष्यातल्या कोणत्या गोष्टी मनावर घ्यायच्या नाहीत, याचंही आकलन होतं.
म्हणूनच गेले पाच दिवस मी सातत्यानं चित्र्यांच्या उशापायथ्याशी बसून आहे आणि आशुतोष अजून वडिलांना भेटायला आलेला नाही. मी त्याला अनेकदा सांगितलं. तो गप्प राहिला. 'त्या सुमारास मुंबईत असलो, तर लग्नाला येईन' असं म्हणणाऱ्या त्याच्या आजोबांच्या वळणावर हा गेलाय का?
आशुतोषजवळ त्याच्या या वृत्तीचं समर्थन तयार होतं. वृत्तीप्रमाणे माणूस समर्थन शोधतो, की समाधानकारक समर्थन सापडल्यावर तो तसं वागायचं ठरवतो?
आधी वृत्ती, की आधी समर्थन?
याचा शोध घेण्यातही अर्थ नाही. जोपर्यंत त्याचे फटके ज्याचे त्याला बसत नाहीत, तोपर्यंत वृत्तीही तशाच राहतात आणि समर्थनाची शक्तीही!
आशुतोषच्या म्हणण्याप्रमाणे तो चित्र्यांचा सूड घेणार होता. या तऱ्हेचे विचार त्यानं समजायला लागल्यापासून व्यक्त करायला प्रारंभ केला होता. यात चूक कुणाची? थोड्या प्रमाणात माझीच!
लग्न झाल्यापासून चित्रे माझ्याशी कसे वागत आले, हे मी आशुतोषला का सांगितलं? त्याची मला सहानुभूती हवी होती का? समजा, ती मिळाली. तसं करून मी काय साधलं? गेलेला भूतकाळ परत मिळवला का? का त्यामुळे चित्र्यांचा स्वभाव बदलला? हे दोन्ही साध्य झालं नसेल, तर मी हे का केलं? इतर माणसंही मागचा इतिहास, नवी ओळख झालेल्या माणसांना का ऐकवतात? माझं गतायुष्य ऐकताना आशुतोषच्या डोळ्यांत पाणी आलं होतं. जी कणव नवऱ्याला वाटायला हवी, ती मुलाला वाटली. सुखदु:खांचा हिशेब असा संपतो? वेळप्रसंगी आशुतोषही आपला जेव्हा उपमर्द करतो, तेव्हा आईचे कष्ट आणि तिनं सोसलेला भूतकाळ याचं त्याला स्मरण राहतं का?
नवरा तसाच राहिला आणि मुलगाही मुलासारखाच राहिला. मग मुलाला विश्वासात घेऊन मी काय केलं? चित्र्यांना घरातच वैरी निर्माण केला.
तो हेतू होता का? नवऱ्याविरुद्ध समजा मी काहीच बोलले नसते, तरी त्याचं त्याला समजलंच नसतं का?... असं कसं होईल?
परीक्षेत पहिल्या क्रमांकानं पास झालेल्या मुलाच्या रिझल्ट-कार्डकडे बघून बापानं नुसतं, 'वा, छान' एवढंच म्हणावं?
त्या रात्री मनात नसतानाही मी चित्र्यांना विचारलं,
"आशुतोषला बक्षीस काय द्यायचं?"

"कशाचं?"
"पोरानं पहिला नंबर काढला की नाही?"
"त्याचं बक्षीस त्याला विक्रम करून दाखवण्यापूर्वीच मिळालंय."
"आणखी स्पष्ट सांगाल का?"
"चांगल्या आईवडिलांच्या पोटी जन्म मिळणं, आर्थिक परिस्थिती चांगली असणं, आई कमावणारी, बाप पत्रकार आणि स्वत:ची प्रकृती चांगली असणं ही सगळी बक्षिसंच आहेत."
"बाप पत्रकार आहे, हे दारावरच्या पाटीवरून कळतं. पाट्या वाचून ऊर कधीच भरून येत नाही."
"काय म्हणायचंय?"
"तुमच्या मुलाशी तुमचा संवाद..."
"माझा संवाद माझ्याशीही नसतो."
या विधानावर माझाही संवाद संपला.
आई आणि वडील यांच्यांतील विसंवाद मुलं झपाट्यानं जाणतात. माझं नशीब एकाच बाबतीत चांगलं. ते असं, की इतर घरांतून अशा विसंवादी वातावरणात मुलं नेहमी सोईस्कर भूमिका घेतात. उजवं किंवा झुकतं माप कुणाला द्यायचं, हे ठरवतात. आशुतोषनं हे केलं नाही.
तो स्वतंत्र विचारांचा निघाला. माझा जिवाभावाचा मित्र झाला. त्याच्या गप्पागोष्टी, चेष्टामस्करी, हट्ट, मागण्या– सगळं माझ्याभोवती आणि जवळ चालत राहिलं. चित्र्यांचा स्वभाव तुसडा, स्वत:पुरतंच पाहण्याचा आहे याची कल्पना आल्यावर तो त्यांच्या वाऱ्यालाही उभा राहात नसे.
प्रारंभी अनेकदा मी चित्र्यांच्या बाजूनं बोलत असे. बाप-लेकातली दरी बुजवण्याचा निष्फळ प्रयत्न करीत असे. त्याच्या वाढदिवसाला मुद्दाम दोन वेगवेगळ्या वस्तू आणायच्या आणि त्यापैकी एक चित्र्यांनी आणली, म्हणूनच सांगायचं, यासारखे पोरकट प्रयत्नही केले. चित्र्यांना तसं सांगत राहिले. स्वत:त सुधारणा घडवून आणायच्या ऐवजी एकदा चित्रे म्हणाले,
"तू पस्तावशील."
माझ्यावर अगदीच जरी पश्चात्ताप करायची पाळी आली नाही, तरी थांबण्याची वेळ मात्र आली. अशाच एका वाढदिवसाच्या दोन-तीन दिवस अगोदर आशुतोष मला म्हणाला,
"उद्या तुझा पगार ना?"
मी मान हलवली.
"वाढदिवसाला यावेळी दोन वेगळ्या वस्तू मुद्दाम आणायच्या नाहीत."

मी त्याच्याकडे बघतच राहिले. माझ्या बघण्याचा अर्थ ओळखून तो म्हणाला,
"तू या प्रकारची सावधगिरी किती वर्षं घेणार?"
"आशु..."
"सबंध वर्षभरात जो माणूस आपल्या मुलाशी पाच-पन्नास वाक्यंही बोलत नाही, तो त्याच्या वाढदिवसाला काही प्रेझेण्ट आणील?"
"काही काही माणसांना भावना बोलून व्यक्त करता येत नाही."
"ते फक्त प्रेमाच्या बाबतीत! रागाच्या वेळेला काय समजायचं? तेव्हा शब्द कमी पडतात का?"
या बिनतोड प्रश्नावर उत्तरच नव्हतं. तरी मी म्हणाले,
"तुझे वडील दुष्ट आहेत, असं समजू नकोस."
"प्रेमळ आहेत, असं तूही सांगू नकोस."
"आशु..."
"बाबांच्याच भाषेत सांगतो, ते वेगळे आहेत."
मी उमेदीनं म्हणालं,
"मी तेच सांगणार होते."
नंतर अपेक्षा नसताना आशुतोषनं विचारलं,
"वेगळे आहेत, म्हणजे काय, यावर तू कधी नीट विचार केलास का?"
मी पाहात राहिले. आशुतोष नंतर जे बोलला, त्यावरून त्यानं एकूण किती विचार केला होता ते मला समजलं. मी त्यानंतर गप्प राहिले.
मी कधी तसा विचारच केला नव्हता. अगदी त्या क्षणापर्यंत! म्हणजे चित्र्यांचं विश्लेषण आशुतोषकडून समजेपर्यंत! जे मुलाच्या लक्षात आलं, ते आपल्या का नाही आलं? आत्ता त्याक्षणी समजतंय.

हॉस्पिटलमधेच गेले चार-पाच दिवस चित्र्यांजवळ माझा मुक्काम होता. इतका निवांतपणा आजपर्यंत खरंतर मिळालाच नव्हता. कामामागून कामं आजवर इतकी होती, की मोकळे क्षण वाट्यालाच आले नव्हते. संसारातला जोडीदार, ब्रिजमधल्या डावासारखा 'डमी' असला, की दुसऱ्या माणसावर किती जबाबदारी पडते, हे दुर्दैवानं 'डमी' साथीदार मिळालेल्या माणसांनाच समजेल. मला पत्त्यांचं वेड नाही. पण बँकेतले फडणीस 'ब्रिज' म्हटलं, की हातातली सिगारेट पण विसरतात. बोटांना चटके बसले, की ते भानावर येतात. मला पत्ते आवडत नाहीत; पण फडणीसांचं स्वत:ला हरवणं आवडतं. ते ब्रिजमधले चँपियन. बँकांच्या स्पर्धा ठरल्या, की एक कप स्पर्धेपूर्वीच फडणीसांसाठी काढून ठेवायचा. त्या डावात, म्हणे, पार्टनर 'डमी' असतो. चित्रे तसेच! घर

रंगवण्याच्या कामापासून गळणाऱ्या नळाचे वॉशर्स बदलण्यासाठी माणसं शोधायची जबाबदारी माझी!
अर्थात ही अशी कामांची यादी कशाला आठवायची? या न संपणाऱ्या कामांनी मला शब्दार्थांच्या मागे धावायला वेळच दिला नाही.
–आणि आता पाच दिवस मी स्वस्थ बसलेली. तेव्हा फक्त शब्दांचाच पाठपुरावा! माझा हा साथीदार असा नि:शब्द होऊन पडला आहे. त्यांचं मौन ही नवलाईची बाब उरलीच नव्हती. ब्रिजमधला पार्टनर आपली पानं तरी समोर मांडतो. चित्रे पानं लपवून डाव खेळत राहिले. स्वत:च्या पायांवर उभं राहायचं, चित्र्यांना शरण जायचं नाही, त्यांना कोणतंही काम सांगायचं नाही आणि आपली मान कायम ताठ ठेवायची– या सगळ्यांसाठी एक जबर किंमत मी मोजली होती. आशुतोषसाठी शाळा शोधणं, त्याचा अभ्यास करवून घेणं– सगळा सगळा एकपात्री प्रयोग!
या सगळ्या न संपणाऱ्या कामांत आयुष्य वेगानं संपून गेलं. स्वत:च्या जगण्याकडे तिऱ्हाइतासारखं बघायला मिळालंच नाही.
आशुतोष मात्र आम्हा दोघांकडे बारकाईनं, तिऱ्हाईत होऊन बघत होता. त्याला कॉलेजात प्रवेश मिळाला, त्या दिवशी मी त्याला हॉटेलमध्ये घेऊन गेले. त्याच्या पसंतीची ऑर्डर दिल्यावर मी म्हटलं,
"चला, चिरंजीव, तुमच्या आणि आमच्या आयुष्यांतला एक महत्त्वाचा टप्पा संपला. तू मनापासून अभ्यास केलास, म्हणून आमचा प्रॉब्लेम सोपा झाला."
"तू असं मंत्र्यासारखं काय बोलतेस?"
"म्हणजे कसं?"
"मंत्र्यासारखं म्हण किंवा ऐतिहासिक कादंबरीतल्या पात्रांसारखं!"
मी त्याला 'पुढे बोल' अशा अर्थाची खूण केली. तो पुढे वाकत म्हणाला,
"आमचा प्रॉब्लेम सोपा झाला, असं म्हणू नकोस. 'माझा' असं म्हण. बाबांना कशाचंही सोयरसुतक नाही."
"अरे राजा...."
"तू त्यांच्या वतीनं काही सांगूही नकोस. आपल्या घरात तूसुद्धा मिळवती आहेस, म्हणून मी या घरातून पळून गेलो नाही. तुला तुझ्या नोकरीचे स्वतंत्र पैसे मिळतात, म्हणून आत्ता तू मला, मनात आल्यावर पार्टी तरी देऊ शकत आहेस."
"मी तुला एक सांगते, आशु, मला पगार किती, माझं सेव्हिंग्ज किती होतं, यांसारख्या गोष्टी त्यांनी आजतागायत विचारलेल्या नाहीत. ते स्वत: सांगतात, ती गोष्ट खरी आहे. ते वेगळे आहेत."

"पैसे तुझे आहेत, म्हणून ते गप्प आहेत. त्यांच्या कातडीला धक्का पोहोचला नाही, म्हणून ते गप्प राहिले. तुला वाईट वाटेल, म्हणून कधी बोललो नाही. तू मध्यंतरी आजीकडे राहायला गेली होतीस. मी बाबांकडे चहासाठी पैसे मागितले. मित्राबरोबर जाताना खिशात पैसे असावेत, म्हणून मागितले. मोठ्या कष्टानं दोन रुपये देत मला मित्रासमोर म्हणतात, 'हॉटेलपेक्षा स्टेशनवर चहा स्वस्त मिळतो.' "

मी बघतच राहिले. आशुतोष टेबलावरच्या काचेत पडलेल्या प्रतिबिंबाकडे पाहात म्हणाला,

"तुला मागे बोललो होतो, ते पुन्हा सांगतो. वेगळा शब्द फसवा आहे. मी माझ्या मित्रांची घरं जवळून पाहिली आहेत. त्यांचे सगळ्यांचे आईबाप वेगळ्या वृत्तीचे आहेत. कुणी तापट आहेत, कुणी चिक्कू आहेत, परांजपेचे वडील तर जाम तिरसट आहेत. बाबा तसे असते तर चालले असते. माझ्या मित्रांचे वडील घरातल्या माणसांसाठी काय काय करतात. बाबा फक्त स्वत:ची सुटका शोधतात."

आशुतोषनं नेमकी नस पकडली होती. तरी मी त्याला उत्तेजन दिलं नाही. पण त्याला तशी गरजच पडली नाही. प्रतिसादाची वाट न बघता तो सांगत राहिला, मी ऐकत राहिले.

"चित्रेचे वडील पत्रकार आहेत, याचं आमच्या मित्रांना कौतुक! आशुतोषला सगळ्या गोष्टी प्रथमच समजत असतील, छापून न येणाऱ्या बातम्याही कळत असतील, असं इतरांना वाटतं अजून. नाना प्रकारचे प्रश्न मला मित्र सारखे विचारीत असतात. मी गप्प असतो. मित्रांना माझं अज्ञान हा 'धोरणाचा भाग आहे,' असं वाटतं. मी काय सांगणार? तुला सगळी हौस म्हणून घर राहिलं तरी!"

"चित्र्यांनी कधी हरकत घेतली नाही..."

"कशी घेतील? फ्रीज तू आणलास. टेपरेकॉर्डर मी बक्षिसांचे पैसे साठवून घेतला. टीव्ही तू हप्त्यावर आणलास, पण तो कधी लावायला मिळतो का? बाबा आले की सगळं बंद!"

"आशु..."

"जाऊ दे, आई, तुला मी आवडतो, मला तू आवडतेस, मग आणखीन काय हवं? बाबांनी मला नीट वाढू दिलं असतं तर मी खूप, आणखीन काही करून दाखवलं असतं."

"तुझ्यात काहीही कमी नाही. तू तसं समजूही नकोस. तू खूप मोठा होशील."

"आई, मी कधी गप्प बसणार नाही, हे मलाही माहीत आहे. पण यातलं

बाबांनी काय दिलं? विचारायला तोंड आहे, पत्ता शोधायला पाय आहेत हे ऐकवलं, की संपलं. हव्या असलेल्या गोष्टी, माहिती, पुस्तकं घरातच मिळाली असती, तर शोधाशोधीत गेलेला वेळ वाचला नसता? परीक्षणासाठी घरात पुस्तकं येऊन पडायची. एक तरी पुस्तक वाचायला मिळालं का? नाटका- सिनेमांचे पासेस, त्यातलं एक तरी नाटक बाबांनी बघू दिलं? घरात वारंवार इतर पत्रकार, लेखक, नाटककार येतात, त्यांच्या गप्पागोष्टीतून आपोआपच आपल्या मुलाच्या कानांवर काही चांगल्या गोष्टी पडतील, असा कधी त्यांनी प्रयत्न केला का? माझ्यासाठी, तुझ्यासाठी, घरासाठी अत्तापर्यंत एकतरी वस्तू त्यांनी आणली का? आणून आणली, ती एकच गोष्ट! बोनसाय केलेलं एक लिंबाचं झाड! ती वस्तूच सगळं सांगते.''

मी त्याला खोदखोदून त्याचा अर्थ विचारला. तो बोलला नाही.

चित्र्यांनी डोळे उघडले. माझ्याकडे पाहिलं, चेहऱ्यावर त्याही अवस्थेत 'ही इथं का?' असा भाव तरळून गेला. गेले काही दिवस त्यांनी मला एकेरी उच्चारानं हाक मारणं सोडून दिलंय.

''तुम्ही?''

मी नुसती जवळ गेले.

''बँक नाही का?''

''मी रजेवर आहे सध्या!''

''मध्येच रजा कशासाठी?''

''तुमच्यासाठी!''

चित्रे काहीसे पुटपुटले. नीट ऐकू न आल्यानं मी 'काय' म्हणून विचारलं.

''रजा घेण्याची आवश्यकता नव्हती.''

''ते आम्हाला ठरवू दे. तुम्ही विचार करू नका. शांत पडून राहा.''

''तुम्ही घरी गेलात तरी चालेल.''

''मी रजा घेतलीय ती घरी बसण्यासाठी नाही.''

''तुमची मर्जी! थांबला नाहीत तरी मला काही वाटणार नाही.''

''ते आता आमच्या अंगवळणी पडलंय. केव्हातरी बोलू. तेही तुम्हाला आवश्यकता वाटली तर!''

चित्र्यांनी माझ्याकडे पाहिलं आणि आजवर ज्या सुरात ते कधीच बोलले नाहीत, तशा सुरात ते स्वतःशीच म्हणाले,

''आम्हाला गरज वाटली तर!'' त्यानंतर त्यांनी एक दीर्घ श्वास घेऊन, मोठा सुस्कारा सोडला.

चित्र्यांना काहीही बोलायची ती वेळ नव्हती, तरी तोंडून एक वाक्य निसटलं.
''इतरांच्या गरजांचा तुम्ही विचार केलात का?'' हे माझंच वाक्य ते पुन्हा
स्वत:शी बोलले.

''जाऊ दे, कसलाच विचार करू नका. मी निघते.''

''कुठे?''

''घरी जाते.''

''जाऊ नका. बसा इथे.''

मी आश्चर्यानं बसले. पलंगावरच्या नॅपकीननं स्वत:चं तोंड पुसत ते म्हणाले,
''बोला आता.''

''काय बोलू?''

''गप्पा मारा काहीतरी.''

मी गप्प राहिले. जरा वेळ वाट पाहून चित्रे म्हणाले.

''बोला, बोला, काही गमती सांगा.''

''मी काय गमती सांगणार?''

''लग्न झाल्यापासूनचं काहीही सांगा.''

मग मी ठरवून म्हणाले,

''तुमच्याशी गप्पागोष्टी करायची सवय कधी लागलीच नाही. बोलण्याचे दिवस
कधीच संपले.''

चित्रे पटकन म्हणाले,

''सुकले म्हणा, संपले म्हणू नका. सुकले म्हणा, सुकले म्हणा.''

एकच शब्द चित्रे वारंवार बोलत राहिले. मी घाबरले. सिस्टरला बोलवण्यासाठी
उठले. चित्र्यांच्या उशाजवळच कॉलबेल होती. मी बेल दाबणार, तोच माझा
हात धरत ते म्हणाले,

''मी व्यवस्थित आहे. पर्फेक्टली साउंड. कुणालाही बोलवायची गरज नाही.''

मी हात सोडवून घेऊ लागले; पण चित्रे माझा हात सोडेनात. त्यांनी दोन्ही
हातांनी माझा हात धरला होता. त्यांनी तो हळुवारपणे दाबायला सुरुवात केली.
लहान मुलाचा चेहरा आपण जसा प्रेमानं, वात्सल्यानं कुरवाळतो, तसा त्यांनी
तो कुरवाळायला सुरुवात केली. एकदा वाटलं, त्यांच्या केसांवरून प्रेमानं हात
फिरवावा, पण हातून मात्र घडलं नाही. कोमल भावना संपल्या होत्या. चित्र्यांचा
स्पर्श वेगळा वाटत होता, मी मात्र संपले होते.

संपले होते, की सुकले होते?

चित्रे माझा हात वारंवार कुरवाळत होते. दाबत होते. आणि प्रथमच मला
जाणवत होतं, हा स्पर्श 'नवरा' या नात्यानं नाही. हा स्पर्श पुरुषाचाही नाही.

"तुम्हाला काय होतंय?"
चित्रे गप्प.
"काय वाटतंय, बोला ना?"
"आठवत नव्हतं, त्या वयात आई गेली. विचार करीत होतो."
"कसला?"
"आईचा हात, तिच्या हाताचा स्पर्श असाच असेल का?"
चित्र्यांनी माझा हात सोडला. मी काही बोलणार तेवढ्यात त्यांनी डोक्यावरून पांघरूण घेतलं. पांघरुणाच्या आत त्यांनी हुंदका दिला असावा. तेवढ्यात सिस्टर आली.
"मि. चित्रे."
तिच्या हाकेसरशी चित्र्यांनी पांघरूण दूर केलं.
मला समजून गेलं. मला अगदी प्रथम पाहायला आलेले चित्रे आणि आत्ताचे चित्रे एकच आहेत. क्षणापूर्वीच्या भावनांचा, व्याकुळतेचा मागमूसही त्यांच्या चेहऱ्यावर आता नव्हता. सिस्टरनं दिलेल्या गोळ्या घेतल्याबरोबर चित्रे, माझ्या अस्तित्वाची दखल न घेता म्हणाले,
"सिस्टर, कालही कदम सिस्टर कामावर दहा मिनिटं उशिरा आली."
"कदम नर्स!"
"नर्स की सिस्टर, मला त्याच्याशी कर्तव्य नाही. तिचे कालच्या दिवसापर्यंतचे पैसे देऊन टाका आणि उद्यासाठी नवी नर्स पाठवा."
"शी हॅड सम प्रॉब्लेम..."
"आय ॲम नॉट कन्सर्न्ड. प्रॉब्लेम प्रत्येकाला असतात. मी पैसे मोजतोय. मला त्याचे रिटर्न्स हवेत."
सिस्टर गेली.
"कसं वाटतंय?"
"झकास! तुम्ही जाऊ शकता."
"कदम नर्स चांगली होती."
"आयुष्यात नुसती गुणवत्ता उपयोगी पडत नाही. वेळेचं भान ठेवणं महत्त्वाचं. वेळेशी आणि काळाशी फटकून वागणाऱ्या गुणवान माणसांचा आक्रोश म्हणजे इतिहास! टॅलेण्टेड, पण वेळेवर न भेटणाऱ्या माणसांपेक्षा, मठ्ठ पण हव्या त्या क्षणी हजर होणाऱ्या माणसांवरच आपली मदार असते."
"मी जाऊ?" मी कंटाळून विचारलं. जिवाभावाचं काहीच बोलायचं नव्हतं चित्र्यांना आणि या क्षणी तरी तत्त्वज्ञान ऐकायचं मला त्राण नव्हतं.
"आम्ही मघाशीच तुम्हाला जाण्याची परवानगी दिली होती."

"उद्या येईन."
"बँक?"
"रजा घेतली आहे; मघाशीच मी बोलले हे."
"माझ्यासाठी रजा घेण्याची गरज नाही. मी मस्त आहे आणि मरणारच असेन, तर तुम्ही उशापायथ्याशी असलात, तरी मला थांबवू शकत नाही. 'मी थांबतो,' असं मी म्हणालो, तरी मृत्यू मला सवलत देणार नाही. मृत्यूवर कुणालाच विजय मिळवता येत नाही. त्याचं कारणच हे, तो काटेकोरपणे वेळ सांभळतो. वर्तमानकाळ जपतो. मागच्या पुढच्या क्षणांचं तो काही देणं लागत नाही. जीव वाचावा म्हणून केलेल्या प्रार्थनांशी त्याचा संबंध नाही. जिवाभावाचा माणूस त्यानं नेला म्हणून तुम्ही दिलेले शिव्याशाप आणि पुढच्याच क्षणी नातेवाइकांनी फोडलेल्या किंकाळ्या तो ऐकत नाही."
तेवढ्यात कदम आली आणि चित्र्यांचा रोख तिच्याकडे वळला.
"तुम्ही जाऊ शकता, तुमचे पैसे तयार आहेत."
"सर, माझं प्लीज ऐकून घ्या."
"कशासाठी? मी आता मेलो आणि या कॉटवर दुसरा पेशण्ट आला, तर तुम्हाला त्याचं काही सोयरसुतक राहणार आहे का?"
कदम निघून गेली. उपयोग नव्हता, तरी मी म्हणाले,
"जे काम ती करत होती, ते प्रेमानं करत होती."
चित्रे पटकन म्हणाले,
"मला फक्त सेवा हवी आहे. प्रेमाचा संबंधच काय?"
मी मान उडवली. चित्रे म्हणाले,
"माझे विचार तुम्हाला आजवर का पटले नाहीत, असं मी विचारणार नाही. पुढे पटले, तर उपयोगच नाही, कारण, आत्ताचा क्षण दूरवर गेलेला असेल. त्याक्षणी पटले, तर थोडा आनंद तरी वाट्याला येईल. आयुष्य सुखाचं होईल. आम्ही तुम्हाला बेदम उपद्रव दिलेला आहे. याची आम्हाला जाणीव आहे. आम्ही कुणावरही प्रेम केलं नाही, म्हणूनच आम्हीही कुणाकडून प्रेमाची अपेक्षा ठेवलेली नाही. तुमच्या डायरीत आमच्या नावाची काय नोंद असेल, ते आम्ही जाणून आहोत."
"सांगा, तुमचा अंदाज ऐकायला आवडेल."
"एक दुष्ट, माणुसकी आणि अंतःकरणशून्य माणूस!"
मी नुसतं हसले.
"आणखीन भयानक विशेषणंही असू शकतील."
"जाऊ दे, आत्ता विचार करू नका."

"असं सांगितल्यानं विचार थांबणार नाहीत. आमच्या संदर्भातली तुमची मतं समजताक्षणी, वेगळ्या कल्पना करण्याची गरज उरणार नाही."

"तुम्ही कॉवर्ड आहात."

"कॉवर्ड? नो, नो, नॉट ॲट ऑल. कोणतीही दुसरी शिवी चालेल, पण ही नको."

"ज्या शब्दानं कपाळावरची शीर उडायला लागते, त्यालाच शिवी म्हणतात ना?"

चित्र्यांचा चेहरा परत सरळ झाला. चित्र्यांना आता चित्र्यांच्याच समोर उभं करायचं, म्हणून मी बोलू लागले. ठरवून, योजून!

"भूतकाळाची ज्या माणसाला भीती वाटते आणि भविष्यकाळात कल्पनाविहार करण्याची ज्याच्याजवळ कुवत नाही, त्याला कॉवर्ड म्हणू नये, तर दुसरं काय म्हणावं? जनावरंच फक्त इतिहास लक्षात ठेवत नाहीत."

"तुमचा शब्द मागं घ्या."

"त्यानं काय फरक पडणार आहे? आदल्या दिवशी बदनामी करायची आणि दुसऱ्या दिवशी दिलगिरीच्या दोन ओळी कुठे तरी कोपऱ्यात छापून सुटायचं, असलं समाधान फक्त वर्तमानपत्र आणि वर्तमानकाळ मानणाऱ्यांनाच मिळतं. इतरांना नाही."

चित्रे गदगदून म्हणाले,

"इतकं वाईट बोलू नका."

"मी आता चलते. तुम्ही विश्रांती घ्या. कसलाच विचार करू नका."

"जाऊ नका, थांबा. बोलू या."

"काय बोलायचं?"

"आमच्याशी लग्न करून तुम्हाला काय वाटलं?"

मी नुसते खांदे उडवले.

"प्रश्न उशिरा विचारला, पण तरी सांगा."

स्थिर नजरेनं चित्र्यांकडे पाहात मी म्हणाले,

"हेकट, तिरसट, उद्धट, तापट, हेकेखोर, स्वार्थी वगैरे वगैरे जी माणसं असतात, त्या सगळ्यांबद्दल इतर माणसांना जे वाटतं, तेच तुमच्याबद्दल मला आयुष्यभर वाटत आलं."

"म्हणजे काय?"

"आपण इतरांपेक्षा वेगळे आहात ना? मग आम्ही सगळ्यांनी हाच विचार केला, की तुमचे तुम्ही तरी सुखी झालात, की नाही?"

"सुख म्हणजे काय?"

“आमची सुखाची व्याख्या ऐकून तुम्हाला काय उपयोग? आमच्यासारख्यांची सुखाची व्याख्या न सांगता समजते. एवढ्या उशिरा हे असले प्रश्न विचारून तुम्हाला फक्त व्याख्या समजतील, व्यथा समजणार नाहीत.”
चित्रे म्हणाले,
“तरीही सगळं सांगा.”
“पंचविशी उलटल्यावर मी तुमच्या आयुष्यात आले. काही तयार विचार घेऊन! जोडीदाराचं आणि आपलं प्रत्येक बाबतीत पटणार नाही, अशी मनाची तयारी करून आले. आईवडिलांवर मूल मोठं झालं, तरी थोडं अवलंबून राहतं. तुमच्या घरात आल्यावर तुम्ही कुणावरही अवलंबून न राहण्याचे धडे दिलेत. म्हणूनच माझ्या सुखदुःखाच्या जगात तुम्हाला जागाच उरली नाही. आशुतोषचाच जरा वेगळ्या दृष्टिकोनातून विचार केला असतात, तर...”
“वेगळा म्हणजे?”
“प्रत्येक मूल त्याच्या आईवडिलांना, स्वतःच्या रूपानं दुसरं बालपण जगायची संधी मिळवून देतं आणि काळाबरोबर पुढे जाऊन सुधारलेला समाज तुमच्या मुलाचं बालपण तुमच्या बालपणापेक्षा समृद्ध करतं. जनरेशन गॅपच्या नावानं हाकाटी करण्यापेक्षा, आपण आपलं बालपण नव्यानं अनुभवावं. अशी वृत्ती असते, तेव्हाच आपल्याला लहानपणी न मिळालेल्या गोष्टी आपल्या मुलांना मिळाव्यात, यासाठी धडपडावंसं वाटतं. तुमचं सगळं बालपण दुःखानं भरलेलं होतं, याला जो तेव्हा जन्मालाच आला नव्हता, तो मुलगा कसा जबाबदार होऊ शकतो? आशुतोषच्या आनंदात तुम्ही तुमचं बालपण पुन्हा जगू शकला असतात. भूतकाळ एवढ्यासाठीच जपायचा असतो. पण त्याला धैर्य लागतं.”
चित्र्यांचा चेहरा आता बघवत नव्हता. दुसऱ्या व्यक्तीचं बोलणं पटलं, तरी ते कबूल करायची त्यांची प्रथा नव्हती.
कॉवर्ड!
मी त्याच संथ स्वरात म्हणाले.
“तुमची सुखाची व्याख्या समजेल का?”
ते पटकन म्हणाले,
“सुख म्हणजे सोय.”
“बस? एवढंच?”
“एवढंच नाही, हेच एकमेव! गैरसोयीचं ठरतंय असं लक्षात आलं, तर आपण प्रेमही करत नाही. सुख म्हणजे सोय.”

चित्र्यांनी सुखाची फक्त स्वतःभोवती फिरणारी व्याख्या सांगितली आणि

एकाएकी आशुतोषच्या एका विधानाचा मला उलगडा झाला.

बोनसायचं झाड बाबांनी आणलं. एकमेव खरेदी! यात सगळं आलं. म्हणजे काय? झाडांच्या सावलीत जेव्हा माणसं वाढतात, तेव्हा ती झाडांपेक्षा उंच होतात आणि माणसांच्या सावलीत जेव्हा झाडं वाढतात, तेव्हा ती फक्त जगतात. वाढत नाहीत. फक्त दिसतात, पण त्यांची वाढ खुंटलेली असते. आता आशुतोषला जास्त सांभाळायला हवं– न पाहिलेल्या माझ्या भावी सुनेसाठी!!

■

मानवी मनाच्या अव्यक्त कोपऱ्यांना उजळ करणाऱ्या कथा

गोष्ट हातातली होती !

वपु काळे

घराघरांच्या भिंती बोलू लागल्या
आणि मानवी जीवनातलं अव्यक्त ते
व्यक्त होऊ लागलं...
पूर्व म्हणाली,
'केवळ काटकोनात आपल्याला
उभं केलंय म्हणून आपल्याला
भिंत म्हणतात.
आपली माती एकच आहे.
अंतरंग आणि बहिरंग ह्यात फरक नाही.
आपण कुणाचंही विभाजन करीत नाही.
माणसांनी त्यांच्या सोयीसाठी
खोल्या केल्या. आपण त्यांना साथ दिली.
माणसंही माणसांना एवढी साथ
देत नाहीत.
माणसामाणसातल्या भिंती
आपल्यापेक्षा पक्क्या बांधणीच्या.
अहंकाराच्या विटांवर नम्रतेचं,
निगर्वीपणाचं प्लॅस्टर.
पक्क बांधकाम.
आपल्याला अहंकार नाही
ह्याचाच अहंकार.
आणि हे दर्शविण्यासाठी सोहळे!'
पश्चिम म्हणाली,
'मला माणसामाणसांतले हे व्यवहार
कळत नाहीत. अहंकार नात्यानात्यांत
गैरसमज निर्माण करतो.
तुमची मैत्री जीवापाड असेल तर
गैरसमज निर्माण होण्याचं
काहीच कारण नाही.
मैत्रीतच सुरक्षितता वाटली पाहिजे.
भिंतीमध्ये ओल आली म्हणजे
माणसं आर्किटेक्ट, इंजिनियर
सगळ्यांचे सल्ले घेतात.
जगातला कुठलाही इंजिनियर
ठराविक ठिकाणी ओल का येते,
हे सांगू शकणार नाही.
कारण ते असतात भिंतींचे अश्रू!'

www.ingramcontent.com/pod-product-compliance
Lightning Source LLC
Chambersburg PA
CBHW070706280626
47159CB00022B/2257